그림으로 보는 베트남 역사

Lược sử nước Việt bằng tranh

LỜI: **HIẾU MINH - HUYỀN TRANG** / HIỆU ĐÍNH: **DƯƠNG TRUNG QUỐC**
MINH HỌA: **TẠ HUY LONG**

NHÀ XUẤT BẢN KIM ĐỒNG

그림으로 보는 베트남 역사

글 _ 허우 민-후엔 트랑 / 그림 _ 따 후이 롱 / 번역 _ 레 티 후안

정인출판사

Thành Cổ Loa

LỜI GIỚI THIỆU

Bác Hồ dạy "Dân ta phải biết sử ta". Con trẻ là một phần của nhân dân và là tương lai của đất nước. Để đưa lịch sử ngấm vào con trẻ, cuốn sách này đã dùng cách chép lại lịch sử bằng những lời kể súc tích và tranh minh hoạ đẹp.

Mong các bạn đọc trẻ tuổi sau khi đọc cuốn sách này sẽ hiểu thêm, các thế hệ dân ta đã phải nỗ lực ra sao để vượt qua những thử thách của lịch sử. Họ đã tạo nên những chiến công hiển hách, những gương mặt sáng láng để tôn vinh. Họ đã để lại những bài học sâu sắc cho đời sau học hỏi. Lịch sử đã để lại cho hôm nay một cơ đồ mà các thế hệ cha anh của các bạn đã dày công xây đắp. Rồi mai đây, chính thế hệ của các bạn sẽ phải gánh vác, phải phấn đấu cho nước ta thêm giàu, dân ta thêm mạnh, lịch sử dân tộc thêm vẻ vang.

Nhà sử học Dương Trung Quốc,
Tổng Thư kí Hội Khoa học Lịch sử Việt Nam
Tổng biên tập Tạp chí *Xưa & Nay*
Chủ tịch Câu lạc bộ UNESCO Hà Nội

머 리 말

호찌민 국가주석은 "우리 국민은 우리 역사를 알아야한다."고 강조하였습니다. 어린이는 국민의 일부이고 국가의 미래입니다. 어린이에게 우리 역사를 알려주기 위해, 이 책에서는 간결한 이야기와 아름다운 삽화를 사용하였습니다.

이 책을 읽고 난 후, 우리 선조가 많은 어려움을 극복하기 위해 얼마나 많은 노력을 했는지 독자가 알아주었으면 좋겠습니다. 우리 선조는 매우 훌륭한 업적을 남겼으며, 역사적 위인이 되기도 하였습니다. 또한 후대 사람들에게 깊은 교훈도 남겨주었습니다. 교훈 뿐만 아니라, 많은 유산을 우리 세대에 물려 주었습니다. 이 모든 일들은 가깝게는 우리 부모형제의 노력입니다. 이후로 우리나라가 더 발전하고 우리 국민이 더 강해지고 우리 역사가 더 영광스럽게 되기 위해서는 우리 세대가 책임지고 노력해야 합니다.

Dương Trung Quốc 역사가
베트남 역사 과학 협회 사무총장
XƯA và NAY 잡지 편집장
유네스코 하노이 클럽 위원장

Lịch sử dân tộc bắt đầt từ huyền thoại…

Theo truyền thuyết, lịch sử nước ta khởi đầu từ năm 2879 TCN, khi Kinh Dương Vương làm vua nước Xích Quỷ. Bờ cõi nước Xích Quỷ phía Bắc giáp hồ Động Đình (Hồ Nam, Trung Quốc), phía Nam giáp Hồ Tôn (phần đất ven biển miền Trung Việt Nam), phía Tây giáp Ba Thục (Tứ Xuyên, Trung Quốc), phía Đông giáp biển Đông. Kinh Dương Vương lấy con gái vua hồ Động Đình, sinh được một người con trai đặt tên là Sùng Lãm. Sùng Lãm nối ngôi, xưng là Lạc Long Quân.

Lạc Long Quân kết duyên cùng tiên nữ núi Vụ Tiên là Âu Cơ, sinh ra một bọc trăm trứng, trăm trứng ấy lại nở thành trăm người con. Nhưng hai giống Rồng - Tiên khó lòng chung sống bởi người dưới nước, kẻ ở trên núi. Âu Cơ đành dẫn 50 con lên vùng sơn cước, Lạc Long Quân đưa 50 con xuống khai phá miền biển cả. Họ lập làng, lập nước và trở thành tổ tiên của người Việt ngày nay. Tục truyền, người con cả trong số những người theo mẹ được tôn làm vua, gọi là Hùng Vương.

3000 ~ 2000 TCN   208 TCN / 208 BC

THỜI ĐẠI HỒNG BÀNG
홍방시대

민족의 역사는 전설로 시작합니다...

전설에 따르면, 우리나라 역사는 기원전 2879년부터 시작되었습니다. 이는 낀 즈응 브엉Kinh Dương Vương이 씩 뀌Xích Quỷ 나라의 왕이 되었을 때입니다. 씩 뀌 나라는 북쪽으로 동 딘Động Đình 호수와 (중국 호남도) 인접하고, 남쪽으로 호 돈Hồ Tôn와 (베트남 중부 연안 토지) 인접하고, 서쪽으로 바 특Ba Thục과 (중국 두 쑤엔도), 동쪽으로 동해와 인접합니다. 낀 즈응 브엉은 동딘 공주와 결혼하여 숭 럼Sùng Lãm이라는 아들을 낳았습니다. 숭 럼Sùng Lãm은 왕위를 계승하고 왕의 칭호를 락 롱 꾸언Lạc Long Quân으로 바꾸었습니다.

락 롱 꾸언은 부 띠Vụ Tiên엔 산의 선녀인 어우 꺼Âu Cơ와 결혼하여 100개의 알을 낳았습니다. 이 알에서 100명의 아들이 태어났습니다. 하지만 사실, 락 롱 꾸언은 물속에 사는 용이었고 어우 꺼는 산에 사는 요정이었습니다. 그래서 같이 살 수 없었습니다. 락 롱 꾸언은 바다 속으로 50명의 아들을 데리고 갔습니다. 그리고 어우 꺼도 산 속으로 50명의 아들을 데리고 들어갔습니다. 그들은 마을을 만들고, 국가를 세웠습니다. 이 국가가 오늘날 베트남의 시작입니다. 전설에 따르면, 어머니를 따라간 아들 중 장남이 왕이 되어 훙 왕Hùng Vương으로 불렸습니다.

Lần theo các dấu tích khảo cổ học, khoảng mấy nghìn năm trước, từ hang động vùng núi Đọ xứ Thanh, Bình Gia xứ Lạng,... người Việt cổ đã sinh sống tại đây. Họ dùng đá để chế tác ra các loại công cụ chặt thô như mảnh tước, rìu đá…

Như vậy từ thời gian này, người Việt cổ đã tiến xuống chinh phục các đồng bằng ven sông Hồng, sông Mã, sông Cả (sông Lam). Với đôi bàn tay khéo léo và trí thông minh, sáng tạo, họ đã thuần dưỡng cây hoang dại thành cây trồng theo mùa vụ, thay thế những mảnh đá, mảnh tước ghè đẽo thô sơ bằng những công cụ kim loại. Một nền văn minh mới đang nảy nở.

고고학에 따르면, 약 몇 천 년 전에 고대 베트남 사람들은 도산 지역(타잉 화Thanh Hóa)과 빈야 지역(랑 썬Lạng Sơn)의 동굴에서 살았습니다. 그들은 돌을 사용하여 벗겨진 조각mảnh tước, 돌도끼riu đá 같은 원시적인 도구를 만들어 사용하였습니다.

그 이후, 고대 베트남 사람들은 홍 강Sông Hồng, 마 강Sông mã, 가 강Sông cả과 같은 지역(삼각주)에서 살기 시작하였습니다. 그들은 숙련된 기술, 지적 능력, 창의력을 활용하여 야생식물을 농작물로 변화시켜 재배하였고, 돌로 만든 거칠게 깎은 도구를 금속 도구로 발전시켜 사용하였습니다. 새로운 문명의 시작입니다.

Thời đại đồ đồng mở ra, với các nền văn minh như Đồng Đậu, Gò Mun nối tiếp nhau. Và cho đến khoảng năm 700 TCN, người Việt cổ bước vào thời kì Văn hoá Đông Sơn. Họ đã đạt đến đỉnh cao về kĩ thuật, thẩm mĩ chế tác đồ đồng, mà di chỉ khảo cổ học ngày nay chúng ta biết đến là trống đồng Đông Sơn.

Giai đoạn cuối của văn hóa Đông Sơn kéo dài đến vài ba thế kỉ sau Công nguyên. Văn hóa Đông Sơn là giai đoạn chuyển tiếp từ sự phát triển rực rỡ của đồ đồng sang sơ kì đồ sắt. Bên cạnh đồ đồng, người Việt cổ dần dần sử dụng đồ sắt (trong truyền thuyết Sơn Tinh – Thủy Tinh có nói đến những tấm lưới sắt mà Sơn Tinh dùng bắt quân thủy quái). Sự phát triển thịnh đạt của nền văn hoá Đông Sơn đã thúc đẩy hình thành nhà nước sơ khai ở miền lưu vực sông Hồng - Nhà nước của các vua Hùng.

동 다우 đồng đậu 문명과 함께 청동기 시대가 열렸습니다. 그 뒤를 고 문 Gò mun 문명으로 이어졌습니다. 고대 베트남은 기원전 700년까지 동 선 Đông Sơn 문화기였습니다. 이 시기에는 잘 알려진 동선 청동 드럼과 같은 청동 제품을 만들었습니다. 그만큼 기술적으로나, 예술적으로 최고의 정점에 도달했습니다.

동선문화는 기원후 몇 세기까지 지속되었습니다. 동선문화는 청동기 시대의 찬란한 발전에서 초기 철기 시대까지 이어졌습니다. 고대 베트남 사람들은 점차 청동 이외에도 철을 사용하기 시작하였습니다. (손 띤 Sơn Tinh과 투이 띤 Thủy Tinh 전설을 보면, 손띤이 바다 괴물을 잡을 때, 철망을 사용하였습니다.) 동선문화와 문명은 홍강 유역의 삼각주에 설립되는 베트남 초기 국가들에게 많은 도움이 되었습니다. - 홍왕의 국가.

Các vua Hùng lấy tên nước là Văn Lang, đóng đô ở Phong Châu (Phú Thọ bây giờ). Con trai của vua gọi là Lang, Đạo; con gái gọi là Mệ nàng (Mị nương). Giúp việc cho vua có các Lạc hầu, Lạc tướng. Người dân thời này được gọi là Lạc dân. Trong làng, trong nước bắt đầu chia ra kẻ giàu người nghèo nhưng chưa rõ nét.

Người dân bản chất thuần hậu, chất phác, chủ yếu làm nghề trồng trọt. Họ cấy cày trên những mảnh ruộng của làng nước. Cây lúa tẻ dần trở thành cây lương thực chính thay cho lúa nếp. Với những sản vật từ đồng ruộng, người Việt đã chế biến thành những thức bánh đậm đà, giản dị như bánh chưng, bánh dày… mà đến tận ngày nay chúng ta vẫn thường gặp trong những dịp lễ Tết. Nhiều phong tục, nếp ăn, lối sống của người Việt đã được định hình từ thời ấy.

흥왕은 나라 이름을 "반 랑"Văn Lang이라고 짓고 나라의 수도를 퐁짜우(현재의 푸터도)로 정했습니다. 왕의 아들은 "랑", "다오", 왕의 딸은 "메낭", "미느엉"이라고 불렸습니다. "락허우"(문관)와 "락뜨엉"(무관)라는 왕의 신하들이 있었습니다. 그리고 이 시기의 백성을 "락민"이라고 하였습니다. 마을과 나라에서 부유한 사람과 가난한 사람의 구분이 생겼습니다.

논에 벼농사를 짓는 베트남 사람들은 착한 마음과 소박한 마음을 가진 사람들이었습니다. 쌀이 점차 찹쌀을 대체하였고, 쌀을 주식으로 사용하였습니다. 이 농사로 얻은 수확물로 오늘날 설날Tết에 볼 수 있는 반 쭝bánh chưng, 반 더이bánh dày와 같은 전통적인 케이크를 만들었습니다. 이 시기에 베트남의 다양한 풍습, 식사예절, 생활 방식이 형성되었습니다.

Đến đời Hùng Vương thứ 18 là Hùng Duệ, năm 214 TCN, hơn 50 vạn quân Tần ồ ạt tiến sang nước ta. Đất nước rơi vào hoạ xâm lăng, triều đình lại đang trong lúc suy vi, không còn đủ sức tập hợp dân chúng đứng lên chống giặc. Lúc này, thủ lĩnh Thục Phán của bộ tộc Âu Việt láng giềng đã đứng lên, thay vua Hùng lãnh đạo cuộc kháng chiến chống Tần.

Năm 208 TCN, kháng chiến thắng lợi, Thục Phán hợp nhất các bộ lạc rồi lên ngôi, lấy hiệu An Dương Vương, đặt tên nước là Âu Lạc. Ông đã cho xây dựng thành Cổ Loa (Đông Anh, Hà Nội ngày nay) thành một chiến luỹ phòng thủ kiên cố bậc nhất thời bấy giờ. Cổ Loa có nhiều vòng thành xoáy theo hình trôn ốc (ngày nay chỉ còn lại dấu tích ba vòng: Thành Nội, Thành Trung, Thành Ngoại). Bên ngoài mỗi vòng thành đều có hào nước sâu bảo vệ. Tương truyền, An Dương Vương còn có nỏ thần Liên Châu, bắn một phát ra trăm mũi tên.

18번째 훙왕인 훙 유에Hùng Duệ 왕이 통치할 무렵(기원전 214년), 진나라가 5백만 명 이상 군사를 이끌고 훙나라로 쳐들어왔습니다. 훙나라는 많은 국가의 침략에 시달렸습니다. 백성들은 침략에 대한 대응할 수 없을 정도로 약했습니다. 다만 이웃의 어우 비엣Âu Việt의 부족 지도자인 툭 판Thục Phán은 훙왕을 대신하여 침략에 저항하였습니다.

기원전 208년, 저항군은 진나라와의 전쟁에서 승리하였습니다. 저항군의 기도자인 툭 판은 승리의 여세로 지역의 부족들을 하나로 통일하였습니다. 툭 판은 통일국가의 왕이 되었고, 왕의 명칭을 안 즈엉 브엉An Dương Vương이라 칭하였고, 나라의 이름을 어우 락Âu Lạc이라고 지었습니다. 왕은 가장 튼튼한 방어선인 꼬 로아Cổ Loa성(현재 하노이 동안현)을 세웠습니다. 성채는 수많은 외곽과 나선형 벽으로 이루어졌습니다(현재 3개의 흔적: 내성, 중성과 외성만이 남아 있습니다). 성을 보호하기 위해 각 외곽에는 모두 깊은 해자(적의 침입을 막기 위해 성 밖을 둘러 파서 못으로 만든 곳)가 있습니다. 속설에 의하면, 안 즈엉 브엉은 한 번에 수백 개의 화살을 발사할 수 있는 리엔 쩌우Liên Châu 활을 가지고 있었다고 합니다.

Vua Triệu Đà nước Nam Việt đánh Âu Lạc mấy lần đều thất bại bèn vờ kết tình hoà hiếu. Triệu Đà sai con trai Trọng Thuỷ mang lễ vật sang cầu hôn công chúa Mị Châu và xin ở rể. An Dương Vương cả tin nên mắc mưu sâu. Bởi thế, năm 179 TCN, Triệu Đà chiếm được Âu Lạc. Nước ta rơi vào thời kì nghìn năm Bắc thuộc. Năm 111 TCN, nhà Hán thay thế Triệu Đà, người Việt nổi dậy khắp nơi. Cuộc khởi nghĩa thắng lợi đầu tiên là của hai chị em Trưng Trắc, Trưng Nhị (Khởi nghĩa Hai Bà Trưng) ở Mê Linh (Hà Nội) vào năm 40.

Dân ta giành được quyền tự chủ trong trong ba năm. Đến năm 43, khởi nghĩa Hai Bà Trưng thất bại, nước ta lại mất quyền độc lập. Sự xâm nhập của văn hoá Hán vào nền văn hoá bản địa ngày càng mạnh mẽ. Thái thú Sĩ Nhiếp người Hán đã đưa Nho giáo vào đất Giao Châu (lúc bấy giờ nhà Hán gọi nước ta như vậy). Bởi thế sử Việt mới coi Sĩ Nhiếp là Nam Giao học tổ. Đạo giáo, Phật giáo cũng bắt đầu được du nhập, và cùng với Nho giáo đã sớm thâm nhập vào đời sống tín ngưỡng của dân Việt.

　남베트남 남 비엣Nam Việt국의 찌어우 다Triệu Đà 왕은 어우락을 몇 번이나 공격했지만 거듭 실패하고 겉으로만 화해하기도 하였습니다. 찌어우 다는 안 즈엉 브엉의 딸인 미처우 공주에게 청혼하기 위해 아들 쫑 투이Trọng Thủy를 어우 락으로 보냈습니다. 자만했던 안 즈엉 브엉은 찌어우 다의 속임수에 넘어갔습니다. 기원전 179년, 찌어우 다는 어우 락을 함락시켰습니다. 이리하여 천 년간 계속되었던 베트남의 북속시기가 시작되었습니다. 기원전 111년, 한Han 나라가 베트남을 지배했고, 베트남 사람들은 계속 저항했습니다. 기원후 40년, 메 린Mê Linh에서 쌍둥이 자매 쯩 짝Trưng Trắc, 쯩 니Trưng Nhị의 봉기(하이바쯩 봉기)가 첫 번째 성공한 봉기입니다.

　베트남 사람들은 3년 동안 자주권을 얻었습니다. 그러나 기원후 43년, 하이바쯩의 왕조가 패배하자 다시 독립권을 상실하였습니다. 한Han 문화가 점점 강하게 유입되었습니다. 동쪽에 있는 한 왕조의 행정관 시 니엡Sĩ Nhiếp이 야오 쩌우Giao Châu 땅으로 유교를 가지고 왔습니다. 그래서 베트남 역사에서는 시 니엡을 "베트남 교육의 창시자"Nam Giao học tổ라고 칭송하였습니다. 도교와 불교도 유입되어 유교와 함께 베트남 사람들의 신앙생활에 스며들기 시작했습니다.

Các triều đại phong kiến phương Bắc thay nhau cai trị, ra sức vơ vét tài nguyên, khoáng sản, thợ hay, người giỏi của nước Nam. Người Nam lại nổi lên khởi nghĩa ở khắp nơi. Năm 248, có khởi nghĩa của hai anh em Triệu Quốc Đạt, Triệu Thị Trinh ở vùng núi Nưa (Thanh Hoá). Tiêu biểu nhất là khởi nghĩa của Lý Bí. Năm 542, Lý Bí đã lập nên nước Vạn Xuân, chấm dứt thời kì Bắc thuộc lần thứ hai. Nhưng nước Vạn Xuân tồn tại chẳng được bao lâu, đến năm 602 lại mất vào tay nhà Tuỳ.

Lớp người này ngã xuống, lớp khác lại vùng lên, các cuộc khởi nghĩa chống đô hộ vẫn dâng lên như sóng. Các thủ lĩnh Mai Thúc Loan (?-722), Phùng Hưng (?-791)… lần lượt nổi dậy, nhưng chỉ gây dựng được những quãng thời gian tự chủ ngắn ngủi. Năm 905, Khúc Thừa Dụ - hào trưởng đất Hồng Châu (Hải Dương) - đã kêu gọi hào kiệt các nơi nổi dậy, đặt những viên gạch đầu tiên cho nền độc lập. Nền độc lập sơ khai này được con cháu họ Khúc (Khúc Thừa Dụ, Khúc Hạo, Khúc Thừa Mỹ) và Dương Đình Nghệ duy trì cho đến năm 938…

중국의 봉건 왕조는 베트남을 번갈아 지배하면서 베트남의 자원, 광물, 숙련된 장인들을 약탈하였습니다. 베트남 사람들은 끊임없이 독립투쟁을 일으켰습니다. 248년, 찌에우 꾸옥 닷Triệu Quốc Đạt과 찌에우 티 찐Triệu Thị Trinh 남매의 봉기가 있었습니다. 가장 대표적인 봉기는 리 비Lý Bí 봉기입니다. 542년, 리 비는 반 쑤안Vạn Xuân국을 세우고 두 번째로 북속시기를 끝냈습니다. 하지만 반 쑤안국은 얼마 가지 못하고 602년에 중국의 수이Sui 왕조에 의해 멸망하였습니다.

베트남에서 외국의 지배에 항거하는 여러 투쟁이 계속되었습니다. 마이 툭 로안Mai Thúc Loan(?~722), 풍 흥Phùng Hưng(?~791)과 같은 지도자들이 짧은 시간동안 가까스로 국가를 독립시키고 지탱했습니다. 905년, 홍짜우(하이 즈응Hải Dương)에서 온 쿡 투어 유Khúc Thừa Dụ 지배자는 독립의 초석을 놓았습니다. 쿡 가문(쿡투어유, 쿡하오, 쿡투어미)과 함께했던 즈응 딘 응헤Dương Đình Nghệ는 938년까지 독립투쟁을 했습니다.

Trong suốt nghìn năm Bắc thuộc, trên nền tảng tiếp xúc với văn hóa Trung Hoa, người Việt đã tự tạo lập nên bản sắc văn hóa của riêng mình. Thời kì này, trung tâm văn hóa Luy Lâu (thuộc Bắc Ninh ngày nay) ở Giao Châu chiếm vị trí vô cùng quan trọng. Người Việt lần đầu tiên tiếp xúc với Phật giáo qua các tăng sĩ Ấn Độ vượt biển đến Luy Lâu.

Trong tín ngưỡng và phong tục, người Việt vẫn một lòng tôn kính và biết ơn với cha mẹ, tổ tiên, sống chan hòa, cộng đồng trong các làng chạ, thờ cúng các thiên thần, nhiên thần và nhân thần, các biểu tượng về khát vọng dân tộc. Các tục lệ như búi tóc, xăm mình, nhuộm răng, ăn trầu vẫn được giữ gìn.

3000 ~ 2000 TCN	208 TCN / 208 BC	179 TCN / 179 BC	938
THỜI ĐẠI HỒNG BÀNG 홍방시대	AN DƯƠNG VƯƠNG 안즈엉부엉	BẮC THUỘC 복속시대	

중국의 지배아래에 있는 동안, 베트남 사람들은 중국문화의 영향을 받아 자신들의 문화정체성을 형성하였습니다. 이 시기에 야오 쩌우에 있는 루이 러우Luy Lâu는 문화 중심지(현재 박닌)로서 중요한 위치를 차지하였습니다. 바다를 건너 루이 러우로 온 인도 수도승을 통해 베트남 사람들은 처음으로 불교를 알게 되었습니다.

베트남 사람들의 믿음과 풍습에서 따르면, 베트남 사람들은 항상 부모와 조상들을 존경하고 감사하는 마음을 가졌습니다. 그들은 공동체 내에서 조화로운 생활방식을 유지하였고, 하늘과 자연과 인간의 신을 숭배하였습니다. 그리고 국가적인 염원을 담은 상징물에 강한 위엄을 담았습니다. 머리 모양의 시농 만들기, 문신, 이빨 검게 하기, 구장 나뭇잎 씹기 등과 같은 풍습이 있습니다.

Cùng với người Việt, người Chăm là một trong những cội nguồn của dân tộc Việt Nam. Họ đã từng có một nền văn hóa rực rỡ, không thua kém một quốc gia nào ở Đông Nam Á. Văn hóa Chăm-pa chịu ảnh hưởng sâu sắc của văn hóa Ấn Độ. Nhiều giá trị tôn giáo cùng tồn tại: đức hiếu sinh của đạo Phật, tình thương của Visnu giáo, tính quyền lực của Siva giáo...

Người Chăm có chữ viết riêng. Họ dùng lịch tính theo chu kì mặt trăng và lịch tính theo kỉ nguyên (lịch Saka).

Hệ thống đền tháp theo mô hình Ấn Độ nhưng nhỏ và tinh tế hơn, được "Chăm hóa". Tháp xây trên các gò đất cao, biểu tượng núi Meru - trung tâm vũ trụ trong tôn giáo Ấn Độ. Tháp được xây bằng gạch, xung quanh tháp chính có nhiều tháp phụ. Người Chăm có tính hướng biển. Họ đánh cá ngoài khơi xa, trao đổi với cư dân các đảo trên Thái Bình Dương.

참파 사람들Người Chăm은 베트남 민족의 근원 중 하나였습니다. 그들도 동남아시아의 다른 국가 못지않게 훌륭한 문화가 있었습니다. 참파문화는 인도문화의 영향을 크게 받았습니다. 참파문화는 많은 종교적 가치를 수용하였습니다. 동물에 대한 불교의 친절, 빈수 신의 사랑, 시바 신의 힘.

참파 사람들에게는 참파 글이 있었습니다. 또한 음력과 사카 기원Saka Hindu calendar을 사용했습니다.

그들은 인도식 사원을 지으면서도, 참파의 특징이 들어간 작지만 세련된 탑을 만들었습니다. 힌두교의 우주 중심지인 메루 산을 상징하는 높은 고분위에 벽돌로 탑을 세웠습니다. 중앙 탑 주위에 많은 작은 탑들을 세웠습니다. 참파 사람들은 바다를 좋아합니다. 그들은 먼 바다에서 고기를 잡아, 태평양의 섬 주민들과 물물 교환을 했습니다.

Ở Nam Bộ, cư dân Óc Eo cư trú trên nhiều tiểu vùng sinh thái khác nhau: tứ giác Long Xuyên, Đồng Tháp Mười, ven biển Tây Nam, rừng sác duyên hải, ven biển Đông. Họ dựng nhà sàn, nhà đất lợp mái lá dừa để ở. Cây trồng chủ đạo là lúa, mía, dừa, cau...

Thủ công nghiệp và thương nghiệp cũng phát triển. Những đồng tiền cổ cùng nhiều hàng hoá được tìm thấy trong những khai quật khảo cổ ở cảng biển Óc Eo, Ba Thê... là minh chứng cho điều đó. Đặc biệt, cư dân Óc Eo có kĩ thuật chế tác đồ trang sức, nhất là chế tác vàng: nhẫn, hoa tai, hạt chuỗi, các lá vàng chạm khắc theo các chủ đề Phật giáo, Bà-la-môn…

베트남 남부의 억 애오óc eo 사람들은 사각형 모양의 롱 쑤웬Long Xuyên, 동 탑 므어이Đồng Tháp Mười, 서남 해변, 해안 근처의 숲, 동해 해변 등과 같은 다양한 지역에서 살았습니다. 그들은 바닥이 높은 집stilts house이나 땅 위에 집을 짓고 살았습니다. 쌀, 사탕수수, 코코넛, 야자나무가 주요 음식이었습니다.

억 애오와 바 테Ba Thê 항구에서 발견된 고대 동전과 발견된 많은 물건들에서 유추해 보건데, 이들은 수공업과 상업이 발전하였다고 생각됩니다. 특히 억 애오 사람들은 악세사리 공예 기술이 뛰어났으며, 그 중에 금공예, 반지, 귀걸이, 염주, 불교와 브라만 주제로 만든 나뭇잎 모양의 금 공예 술이 뛰어났습니다.

Cuối năm 938, vua Nam Hán phong cho con là Lưu Hoằng Tháo làm Giao Vương, dẫn đại quân theo đường thuỷ sang xâm lược nước ta. Lịch sử dân tộc lúc bấy giờ đã xướng tên người anh hùng Ngô Quyền (898-944), quê ở đất Đường Lâm (Sơn Tây). Trong trận quyết chiến với quân Nam Hán, lợi dụng quy luật nước triều lên xuống của dòng Bạch Đằng, ông đã cho quân sĩ cắm cọc nhọn xuống lòng sông để bẫy giặc, đây được coi là trận địa độc đáo bậc nhất trong lịch sử quân sự Việt Nam.

Chiến thắng Bạch Đằng (938) đã kết thúc bài ca trường hận của dân tộc suốt gần nghìn năm đắm chìm trong vòng nô lệ. Ngô Quyền lên ngôi vua, định đô ở Cổ Loa. Ông ở ngôi được sáu năm thì mất. Người anh hùng kiệt xuất của dân tộc vừa mới ra đi, mầm loạn trong nước bắt đầu khởi nhú: vua tôi đánh nhau, anh đánh em, người trong họ diệt trừ lẫn nhau…

938년 말, 중국 남부의 한 나라 왕은 아들 르우 황 타오Lưu Hoằng Tháo에게 "쟈오 왕Giao Vương"이라는 칭호를 부여하고, 베트남을 침략하였습니다. 역사적으로 드엉럼(오늘날의 선떠이) 출신 응오 꾸엔Ngô Quyền(898-944)이란 영웅이 나타났습니다. 그는 부하들에게 박 당강Bạch đằng 바닥에 크고 뾰족한 장대를 박게 하고 썰물을 이용해, 한 나라 함대를 물리쳤습니다. 이 전투는 침략자에 맞서 싸운 전투였고, 베트남 군사 역사상 가장 독창적인 전투였습니다.

거의 천년 동안 중국의 지배를 당한 베트남 사람들에게 이 박 당강 전투(938년)의 승리가 그 한을 풀어주었습니다. 응오 꾸엔은 왕이 되었고, 꼬 로아에 수도를 설립했습니다. 응오 꾸엔 왕이 죽고 난 후 6년 뒤, 왕과 신하들, 왕족 형제들, 가문들 간의 갈등으로 국내의 혼란이 시작되었습니다.

Lúc này trong nước nổi lên 12 sứ quân, mỗi người chiếm cứ một vùng. Các sứ quân đánh chiếm lẫn nhau, sử cũ gọi là Loạn mười hai sứ quân. Từ vùng núi Gia Viễn (Ninh Bình), người "anh hùng cờ lau tập trận" Đinh Bộ Lĩnh (924-979) đã tập hợp tráng đinh, đứng lên dẹp loạn.

Khi bốn bề đã yên, non sông thu về một mối, năm 968, Đinh Bộ Lĩnh lên ngôi vua, tức Đinh Tiên Hoàng, đặt quốc hiệu là Đại Cồ Việt, đóng đô ở đất Hoa Lư (Ninh Bình). Ông đã cho chỉnh đốn lại triều nghi, tăng cường kỉ cương phép nước, phiên chế lại quân đội. Nhà Đinh còn cho đúc tiền Thái Bình Hưng Bảo, giữ mối giao hảo với triều đình nhà Tống. Đất nước từng bước đi vào ổn định và phát triển.

이 시기에 베트남은 12사군의 난이 발발하였습니다. 야비엔산(오늘날 닌빈)에서 딘 보 린Đinh Bộ Lĩnh(924-979) 장군이 난을 진압했습니다.

난을 진압하여 나라가 평화로워지고 국가가 통합되었을 때, 968년에 딘 보 린Đinh Bộ Lĩnh, 즉 딘 띠엔 황Đinh Tiên Hoàng이 왕이 되었습니다. 딘 보 린은 다이 고 비엣Đại Cồ Việt으로 국호를 정하고 화 르Hoa Lư에 수도를 정하였습니다. 왕은 조정을 정비하였고, 사회기강을 강화시켰으며, 군대를 정비하였습니다. 딘 왕조는 "타이 빈 흥 바오Thái Bình Hưng Bảo"라는 화폐를 만들었습니다. 그리고 송나라와도 우호 관계를 유지했습니다. 국가는 차츰 안정을 찾고 발전하기 시작하였습니다.

Năm 979, Đinh Tiên Hoàng mất, con trai Đinh Toàn mới 6 tuổi đã được trao truyền ngôi báu. Vua trẻ lên ngôi, nội trị bất an. Ngoài biên cương, giặc Tống đang lăm le xâm lược. Trước tình cảnh ấy, Thái hậu Dương Vân Nga đã trao lại ngai vàng cho viên tướng trẻ Lê Hoàn (941-1005) để chèo lái con thuyền đất nước. Lê Hoàn lên ngôi, trực tiếp chỉ huy cuộc kháng chiến chống Tống, đưa đất nước thoát khỏi hoạ xâm lăng. Nhà Tiền Lê do Lê Hoàn (tức Lê Đại Hành) sáng lập kéo dài từ năm 980 đến năm 1009, vẫn đóng đô trên đất Hoa Lư.

Vua Lê Đại Hành duy trì một chính sách ngoại giao vừa kiên quyết lại vừa mềm dẻo. Ở phương Nam, ông hai lần đưa sứ sang đặt mối giao hảo với Chiêm Thành. Năm 982, Chiêm Thành dựa thế nhà Tống quấy nhiễu biên giới Đại Cồ Việt, đích thân vua cầm quân đi dẹp loạn. Sóng to ở phương Nam đã lặng. Biên giới Việt - Tống ở phía Bắc cũng được giữ gìn nghiêm ngặt trong nhiều năm liền.

979년에 딘 띠엔 황 왕이 죽고 여섯 살이 된 아들 딘 또안Đinh Toàn이 왕위를 물려받았습니다. 나이 어린 딘 또안이 왕이 되자 국내정치가 불안정했습니다. 국경 밖에선 송나라가 베트남을 침략하려고 군대를 보냈습니다. 이 위험한 상황을 해결하기 위해 왕의 어머니 즈엉 번 응아Dương Vân Nga는 능력 있는 장군 레 호안Lê Hoàn(941-1005)에게 왕위를 물려주었습니다. 장군 레 호안이 왕위에 올라, 직접 송나라 군대를 물리치고 나라를 구했습니다. 레 호안(레다이하인) 왕이 설립한 전 레 왕조는 980년에서 1009년까지 계속되었고, 화르 수도도 그대로 이어졌습니다.

레다이하인 왕은 단호하면서 유연한 외교 정책을 펼쳤습니다. 남부의 참파와도 우호관계를 유지하고자 사신을 두 번이나 파견하였습니다. 하지만 982년, 참파는 송나라에 의지하여 다이 꼬 비엣Đại Cồ Việt 국경을 침범하였습니다. 왕이 직접 군대를 이끌고나가 남부 참파의 위협을 물리쳤습니다. 수년간 북부의 베-송 국경도 그대로 유지했습니다.

Đến thời Lê Long Đĩnh, nhà Tiền Lê bắt đầu suy vong. Lý Công Uẩn (974-1028), một viên tướng văn võ toàn tài, được đông đảo quần thần ủng hộ đã lên ngôi báu, mở ra vương triều Lý vào năm 1009. Vị vua ấy chính là Lý Thái Tổ. Chỉ một năm sau khi lên ngôi, Lý Thái Tổ đã quyết định dời đô từ Hoa Lư ra thành Đại La (Hà Nội ngày nay). Công cuộc dời đô cho thấy tầm nhìn chiến lược của một vị vua hiền nước Việt, đánh dấu bước phát triển quan trọng trong lịch sử dân tộc...

Mùa thu năm 1010, đoàn binh thuyền từ dòng Hoàng Long, xuôi theo sông Đáy, sông Châu (sông Phủ Lý) rồi cập bến ở thành Đại La. Từ dưới chân thành, vua nhìn thấy một đám mây hình rồng bay lên, nhân đó mới đổi tên thành là Thăng Long. Cái tên mới vừa có ý nghĩa trở về cội nguồn Rồng - Tiên của dân tộc, vừa tượng trưng cho thế đi lên của đất nước. Lần đầu tiên trong lịch sử, người Việt hiên ngang dựng đô giữa đồng bằng rộng lớn, không có núi rừng che chắn.

레 롱 딘Lê Long Đĩnh 왕 시대에는 전 레 왕조가 점점 쇠망하였습니다. 유능한 장군 리 꽁 우언Lý Công Uẩn(974-1028)은 민심을 얻어 왕위를 올랐습니다. 1009년, 리 왕조가 시작되었습니다. 리 꽁 우언은 왕 리 타이 또Lý Thái Tổ가 됩니다. 왕위에 오른 지 1년 만에 수도를 화르에서 다이 라Đại La(오늘날 하노이) 성으로 옮겼습니다. 수도 이전은 왕의 전략적 관점을 볼 수 있었습니다. 이것이 베트남 민족 역사의 중요한 전환점이었습니다.

1010년 가을, 왕을 태운 배가 황 롱Hoàng Long 강에서 다이Đáy, 쩌우Châu 강을 따라 다이 라성에 도착했습니다. 성 밑에 서 있다가 날아오른 용모양의 구름을 보고 왕이 다이 라성을 탕 롱Thăng Long 성이라고 이름으로 바꾸었습니다. 새로운 이름은 민족의 요정룡 기원을 상기시켰으며 국가의 발전을 보여주었습니다. 역사상 처음으로 베트남 사람들은 숲과 산이 보호해주지 않는 평야에 당당하게 수도를 세웠습니다.

Tương truyền, vua Lý Thái Tổ được thần nhân phù trợ, cứ theo vết chân ngựa trắng mà đắp móng, từ đó xây được thành Thăng Long vừa cao, vừa vững. Nhớ ơn thần, vua Lý cho xây đền Bạch Mã, một trong bốn đền trấn trị Thăng Long (bốn đền ấy gồm: Bạch Mã ở phía Đông, Voi Phục phía Tây, Kim Liên phía Nam, Quán Thánh phía Bắc). Năm 1054, Lý Thánh Tông (1023-1072) cho đổi tên nước thành Đại Việt. Vương triều Lý đã đưa văn hoá Đại Việt phát triển theo một dòng liên tục suốt hơn 200 năm (1009-1225).

Thời kì này, việc giao thương cả trong và ngoài nước đã phát triển. Chợ búa rải khắp các thôn, làng, phường phố. Kinh thành Thăng Long cũng xuất hiện những ngôi chợ sầm uất vào bậc nhất như chợ Tây Nhai (quãng chợ Ngọc Hà ngày nay), chợ Cửa Đông (là một phần chợ Đồng Xuân)... Năm 1149, vua Lý Anh Tông (1136-1175) còn cho xây dựng thương cảng Vân Đồn (thuộc Quảng Ninh) - thương cảng đầu tiên của quốc gia Đại Việt. Các thương thuyền nước ngoài nườm nượp kéo về, buôn bán thịnh đạt suốt mấy trăm năm.

전설에 따르면, 리 타이 또 왕은 신들의 보호를 받았습니다. 백마의 발자국을 따라 굉장히 높고 튼튼한 탕 롱성을 지었습니다. 리 타이 또 왕은 신에게 감사함을 표현하기 위해 탕 롱성의 4대 신전 중에 하나를 백마 신전으로 건축하였습니다. (동쪽은 백마, 서쪽은 부코끼리, 남쪽은 김리엔, 북쪽은 짠부). 1054년, 후계자인 리 탄 똥Lý Thánh Tông이 다이 비엣Đại Việt으로 나라이름을 바꾸었습니다. 리 왕조는 200년 동안(1009-1225) 다이 비엣 문화를 들여와 지속적으로 발전시켰습니다.

이 시기에는 국내외 교역이 발전했습니다. 부락, 마을, 거리 곳곳에 시장이 생겨났습니다. 탕 롱성에도 떠이냐이(현재 응옥하 시장의 일부) 시장, 끄어 동(현재 동쭈언 시장의 일부) 시장 등 크게 번화한 시장이 생겨났습니다. 1149년, 리 안 똥Lý Anh Tông(1136-1175) 왕은 다이 비엣국의 첫 번째 무역항인 번 돈 Vân Đồn 무역항을 건설하였습니다. 이 무역항은 이후 수백 년 동안 번창하였습니다.

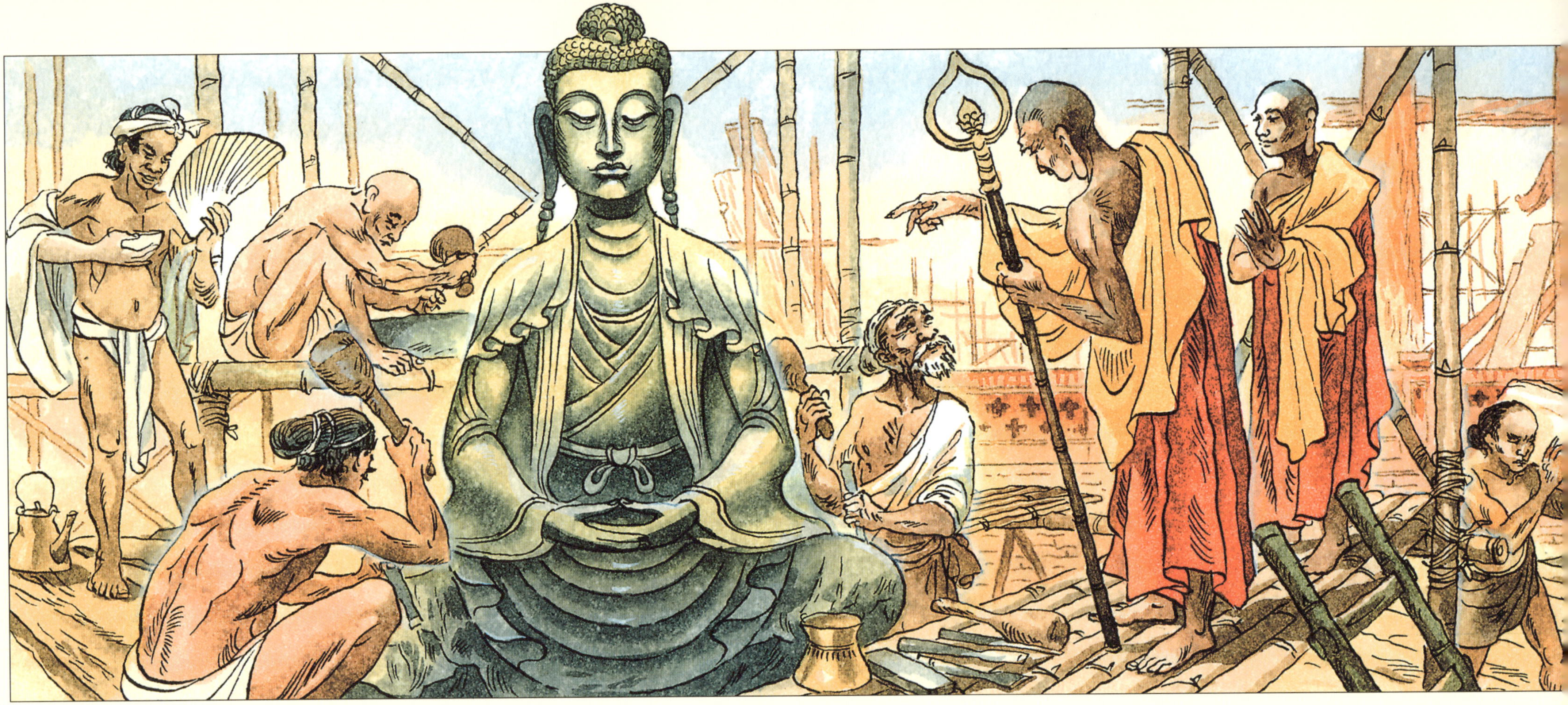

Nho giáo từ thời Lý bắt đầu có những nét khởi sắc đáng kể. Năm 1070, vua Lý Thánh Tông cho xây dựng Văn Miếu thờ Khổng Tử, lại cho đắp tượng Chu Công, Tứ Phối và 72 vị tiên hiền của đạo Nho. Lịch sử khoa cử Việt Nam được khai mở vào năm 1075 với kì thi Minh kinh bác học. Lê Văn Thịnh là "Trạng nguyên" đầu tiên của nước nhà, được phong đến chức Thái sư (chức quan cao nhất trong triều đình).

Chùa chiền được xây dựng ở khắp nơi. Năm 1080, vua Lý Nhân Tông (1066-1127) cho đúc quả chuông "Giác thế chung" (quả chuông thức tỉnh người đời), tục truyền phải dùng đến 12 nghìn cân đồng. Chuông đúc xong, nặng quá không treo được, vua hạ lệnh đặt xuống ruộng Quy Điền (mảnh ruộng có nhiều rùa sinh sống) ở sau chùa Diên Hựu (chùa Một Cột), bởi thế mới có tên là chuông Quy Điền.

리왕조 시대부터 유교가 번영하기 시작했습니다. 1070년, 리 탄 똥Lý Thánh Tông은 주공, 공자와 그의 4명의 제자, 72명의 유교학자들의 제사를 모시기 위해 문묘를 세웠습니다. 1075년, 인재를 등용하기 위해 베트남 "민 낀 박 헉Minh Kinh Bác học"라는 과거시험제도도 만들었습니다. 이 과거시험에서 베트남 역사상 최초 장원인 레 반 틴Lê văn Thịnh은 후에 최고위 신하가 되었습니다.

사찰의 탑들이 곳곳에 세우지게 되었습니다. 전설에 따르면 1080년에 리 년 똥(Lyù Nhaân Toâng, 1066-1127)은 "약 테 쭝Giác thế chung"이라는 종(사람들을 일깨우는 종)을 주조하기 위해 12,000kg의 청동을 사용했다고 합니다. 종을 완성한 후, 너무 무거워 걸기가 힘들었습니다. 왕은 이엔 흐우Diên Hựu 절(몰꼴 절Chùa Một Cột) 뒤에 있는 꿔디엔 논밭(많은 거북이가 사는 논밭)에 놓았습니다. 그때 이후 약 테 쭝 종은 "꿔디엔 종chuoâng Quy Ñieàn"이라고도 불렸습니다.

Cương thổ quốc gia ngày càng được củng cố vững chắc. Đối với miền biên viễn xa xôi, các vua Lý thi hành một chính sách ràng buộc rất khôn khéo là gả công chúa cho tù trưởng. Năm 1069, lãnh thổ Đại Việt sáp nhập ba châu Địa Lý, Ma Linh, Bố Chính (Quảng Bình và Bắc Quảng Trị ngày nay), nối dài thêm một dải về phía Nam.

Cuộc kháng chiến chống Tống từ 1075 đến 1077 kết thúc thắng lợi đã nâng tầm thế nước Đại Việt. Vị tướng tài ba Lý Thường Kiệt và bản Tuyên ngôn độc lập đầu tiên *Nam quốc sơn hà (Sông núi nước Nam)* đã đi vào lịch sử. Sau chiến thắng này, tên tuổi Lý Thường Kiệt đã trở thành nỗi khiếp nhược của triều đình phương Bắc. Suốt 200 năm sau đó, nhà Tống không dám sang đánh nước ta lần nào nữa.

나라의 영토는 날이 갈수록 굳건해졌습니다. 리 왕조의 왕들은 멀리 떨어진 국경의 부족장에게 공주를 시집보내 왕권을 강화하였습니다. 1069년, 다이 비엣의 영토와 디아 리Địa Lý, 마 린Ma Linh, 보 찐인Bố Chính 3대륙(오늘날 꾸앙빈과 꾸앙찌의 북주)이 통합되어 남쪽방향으로 영토를 더 확장했습니다.

1075년부터 1077년까지 송나라에 대한 저항이 성공적으로 끝내자, 다이 비엣국의 입지는 더 높아졌습니다. 유능한 리 트엉 끼엣Lý Thường Kiệt 장군과 베트남의 첫 독립선언 "남 국 산 하Nam Quốc Sơn Hà"는 역사에 기록되었습니다. 이 승리 후, 리 트엉 끼엣의 명성 때문에 중국은 위협을 받았습니다. 그 후 200년간 송나라는 베트남을 침략할 생각을 못했습니다.

Cuối đời Lý, chính sự suy đồi, Lý Huệ Tông là ông vua bạc nhược cả về thể chất lẫn tinh thần. Trong triều, thế lực họ Trần ngày càng mạnh. Lịch sử giai đoạn này đã chứng kiến một cuộc hoán chúa đổi ngôi xưa nay hiếm. Lý Huệ Tông không có con trai, phải nhường ngôi cho cô con gái Chiêu Thánh (tức Lý Chiêu Hoàng) mới lên 8 tuổi. Trần Thủ Độ đã khéo léo dàn xếp cho cháu mình là Trần Cảnh (7 tuổi) lấy vua. Không lâu sau, họ Trần bá cáo trước muôn dân: Lý Chiêu Hoàng nhường lại vương vị cho chồng. Bởi thế, Trần Cảnh (tức Trần Thái Tông) lên ngôi mà không gây oán hận trong dân.

Vương triều Trần trị vì nước ta suốt 175 năm (1225-1400), thịnh trị nhất là trong khoảng 70 năm đầu (qua các đời vua Thái Tông, Thánh Tông, Nhân Tông). Nhà Trần lấy nông - ngư nghiệp làm căn bản. Văn hoá, giáo dục cũng đạt được những thành tựu đáng kể, Nho học được đề cao. Chữ Nôm xuất hiện, người Việt bắt đầu có chữ viết của riêng mình.

　리 왕조 말에는 국가 조정이 타락되었습니다. 리 훼 똥Lý Huệ Tông 왕은 신체적으로나 정신적으로나 나약한 왕이었습니다. 조정에서 쩐Trần의 세력이 점점 강해졌습니다. 이 시기에 신하가 왕을 바꾸는 역사적으로 전례 없는 경우도 나타났습니다. 리 훼 똥 왕은 아들이 없었기에 8살이 된 치에우 타인(Chieâu Thaùnh, 리 치에우 황Lyù Chieâu Hoaøng) 공주에게 왕위를 물려주었습니다. 영리한 신하 쩐 투 도Trần Thủ Độ(그때 세력을 주도한 무관)는 7살짜리 조카인 쩐 까인Trần Cảnh을 리 치에우 황과 결혼시켰습니다. 얼마 지나지 않아 리 처에우 황이 남편에게 왕위를 위임한다는 선언을 국민 앞에서 발표했습니다. 그래서 쩐 까인 (쩐타이똥 왕)은 국민들의 불만없이 자연스레 왕위에 올랐습니다.

　쩐 왕조는 175년(1225-1400)동안 베트남을 통치했으며, 그 중 초기 70년 동안 가장 번창했습니다(타이똥왕의 통치부터 탄똥왕, 년똥왕의 통치까지). 쩐 왕조는 농업과 어업을 경제 기반으로 삼았습니다. 문화, 교육도 상당한 성취를 이루었고, 유교를 받들었습니다. 쯔 놈Chữ Nôm 문자가 소개되었고 베트남 사람들에게는 자신들의 글자가 생겼습니다.

Triều đại nhà Trần ghi dấu ấn trong lịch sử với ba lần đánh bại "đế chế sa mạc" Mông Cổ (1258, 1285, 1288). Quân Mông Cổ lần đầu tiên tràn sang đánh ta vào năm 1258, chiến sự diễn ra vẻn vẹn trong vòng nửa tháng, giặc mau chóng thất bại. Hơn 20 năm sau, vua Mông Cổ là Hốt Tất Liệt sau khi hoàn thành xâm chiếm Trung Nguyên, lại hạ lệnh chinh phạt phương Nam. Trước nguy cơ ấy, tháng Chạp năm 1284, Thượng hoàng Trần Thánh Tông đã triệu tập các vị phụ lão trong nước để đưa ra quyết định: đánh hay hoà.

Tại điện Diên Hồng, các vị phụ lão râu tóc bạc phơ đã nhất loạt đồng thanh hô vang lời "Quyết đánh". Hội nghị Diên Hồng được xem như hội nghị dân chủ đầu tiên trong lịch sử Việt Nam. Các vị phụ lão là đại diện cao nhất cho tinh thần, ý chí sục sôi của toàn dân tộc, quyết không để đất nước bị giày xéo dưới vó ngựa Mông Nguyên.

쩐 왕조는 역사상 3번(1258년, 1285년, 1288년)이나 몽골 제국의 침략을 물리쳤습니다. 1258년 초, 몽골군이 다이 비엣으로 쳐들어왔고 15일 만에 패배하였습니다. 20년 뒤, 몽골 왕인 쿠빌라이 칸Kublai Khan은 중국 정복을 끝내고 남쪽침공을 명령했습니다. 이 같은 상황 때문에 1284년 12월(음력), 쩐 탄똥 왕은 항복할지 항전할지 결정을 하기 위해 전국의 장로들을 모았습니다.

이엔 홍Diên Hồng 궁전에서 백발의 장로들은 "무조건 항전"이라고 이구동성으로 외쳤습니다. 이엔홍 회의는 베트남 역사상 첫 번째 민주당 회의가 되었습니다. 장로들은 나라의 높은 기상과 굳은 의지를 표명하며 몽골 발굽으로 나라가 짓밟히지 못하게 하겠다고 결심했습니다.

Đầu năm 1285, đích thân con trai Hốt Tất Liệt là Thoát Hoan chỉ huy 50 vạn quân tấn công Đại Việt. Giặc chỉ chiếm được Thăng Long trong bốn tháng rồi bị đánh đuổi. Cuối năm 1287, Hốt Tất Liệt tiếp tục đưa quân sang, nhưng lại chuốc thêm thất bại lần nữa trên sông Bạch Đằng (tháng 4-1288). Đất nước mãi khắc ghi những tên tuổi làm nên lịch sử qua ba lần kháng chiến như vị Quốc công Tiết chế toàn tài Trần Hưng Đạo (?-1300), viên tướng trẻ Trần Bình Trọng (1259-1285) "thà làm quỷ nước Nam chứ không thèm làm vương đất Bắc"…

Mỗi người lính tham gia trận chiến đánh Mông Nguyên đều xăm trên cánh tay mình hai chữ *Sát Thát (Giết giặc Mông Nguyên)*, để thể hiện lòng căm thù giặc và ý chí quyết tâm. Kinh thành Thăng Long trong những năm tháng ấy đã trải qua biết bao biến động. Có những lúc thành trì lúc hoang vắng, phường phố xác xơ và cũng có những phút tưng bừng đón đoàn quân chiến thắng trở về…

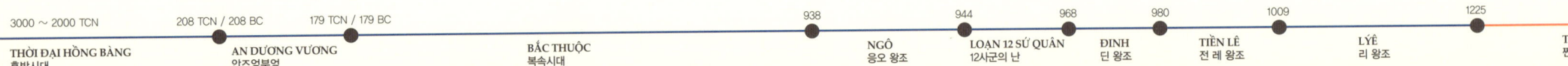

1285년 초, 쿠빌라이의 아들인 토 곤Thoát Hoan이 50만 군대를 직접 이끌고 다이 비엣을 침략했습니다. 4개월 만에 탕 롱Thăng Long성이 적의 수중에 넘어갔으나 결국 몽골을 쫓아냈습니다. 1287년 말, 쿠빌라이는 계속 대군을 이끌고 공격했지만 바인 당강(1288년 4월)에서 또 패배하였습니다. 국가는 몽골에 저항했던 3번의 전쟁에서 역사에 남은 이름들을 자랑스러워합니다. 예들 들어서 공작 총사령관 쩐 흥 다오Trần Hưng Đạo(?~1300), 젊은 장군 쩐 빈 쫑Trần Bình Trọng(1259~1285)은 중국의 왕이 되느니 차라리 베트남의 귀신이 되는 게 낫다고 말한 유명한 일화가 있습니다.

적개심과 각오를 보여주기 위해 몽골 전투에 참가한 병사들은 삿 탓Sát Thát(몽골 군대를 살인한다)라는 글자를 팔에 새겼습니다. 그 시간 동안 탕롱성은 다양한 변화를 겪었습니다. 외부의 공격을 받아 성채와 거리는 텅 비고 파괴되기도 하였습니다. 그러나 승리한 군대로 인해 기세등등한 분위기였습니다.

Đất nước thái bình sau những trận binh đao, các vua Trần lại chăm lo phát triển sản xuất. Vốn xuất thân từ một dòng họ miền sông nước, nhà Trần có chính sách rất cởi mở trong việc buôn bán với các nước. Kinh đô Thăng Long được củng cố và mở rộng, trở thành chốn phồn hoa đô hội. Bến sông Tô Lịch tấp nập thuyền buôn của thương gia Trung Hoa, Ấn Độ... Tầng lớp thị dân xuất hiện, họ có lối sống khác hẳn với nông dân làng xã cổ truyền.

Cũng như thời Lý, các vua Trần vẫn coi Phật giáo là quốc giáo. Vua Trần Nhân Tông cũng chính là ông Tổ của dòng Thiền Việt Nam - Thiền phái Trúc Lâm. Thể chế Nho giáo cũng được phân cấp và đi vào nề nếp. Các kì thi Nho học được tổ chức đều đặn. Chính sách dung hoà Tam giáo (Phật giáo, Nho giáo, Đạo giáo) đã tạo nên một thời kì thịnh đạt cho văn hoá Đại Việt. Đó là nền văn hoá biết kết hợp những giá trị bản địa với những nét đặc sắc của nền văn hoá phương Bắc, phương Nam.

피 흘린 전투가 끝난 후 나라는 평화로워졌습니다. 쩐 왕은 생산과 개발에 계속 역점을 두었습니다. 강가 지역에 사는 일족으로 부상하면서, 쩐 왕조는 외부 무역에 대한 열린 정책을 채택했습니다. 탕 롱 수도는 보강 및 확대되었고 번화한 대도시가 되었습니다. 또 릿Tô Lịch강에는 인도나 중국 등의 무역선으로 북적거렸습니다. 시민층이 생겨났고, 생활 방식이 전통적인 마을의 농민과는 완전 달랐습니다.

리 왕조와 마찬가지로 쩐 왕도 불교를 국교로 삼았습니다. 쩐 년 똥 왕은 "쭉럼 선파"라는 베트남 유일의 토착 선불교 종파 창립자이었습니다. 유교 영역이 "쭉럼 선파"의 질서와 규율에 들어갔습니다. 유교 시험도 규칙적으로 열렸습니다. 3가지 주요 종교(불교, 유교, 도교)를 조화시키는 정책은 다이 비엣 문화의 전성기를 이루었습니다. 이 문화는 북쪽(중국) 및 남쪽(참파) 문화의 특색이 결합된 고유한 가치가 있는 문화였습니다.

Làng xã là những không gian văn hoá vô cùng đặc sắc với khung cảnh điển hình là cây đa, bến nước, ao làng, ruộng lúa… Mỗi làng đều có chùa (nơi thờ Phật), miếu (nơi thờ thần và các nhân vật huyền thoại); đình làng ở thời này vẫn chưa xuất hiện. Làng là một đơn vị hành chính tương đối độc lập, mang nặng tính tự cung tự cấp, nhưng không khép chặt hoàn toàn với bên ngoài.

Vào những ngày xuân, các làng thường mở hội rước Thánh, rước Phật… và tổ chức nhiều trò chơi dân gian. Từ thời Trần, các làng quê ở Thái Bình có thêm hội thi pháo đất. Chuyện kể rằng: Năm 1288, trên đường đi đánh trận Bạch Đằng, con voi của Trần Hưng Đạo bị sa lầy ở bãi sông Hóa (nay thuộc xã An Thái, huyện Quỳnh Phụ, Thái Bình). Dân quanh vùng cùng quân lính vác đất ném xuống bãi lầy để đắp đường cho voi lên. Từ đó, vào mỗi dịp nông nhàn, nhân dân thường tụ tập diễn lại cảnh tung đất cứu voi khi xưa, dần dà hình thành trò pháo đất.

마을과 아주 작은 부락은 반얀 나무, 강 부두, 마을의 연못, 논 등의 전형적인 풍경과 함께 무척 특별한 문화 공간이었습니다. 각 마을마다 탑(부처를 숭배하는 곳)과 사당(신과 전설적인 인물을 숭배하는 곳)이 있었지만, 공동 주택은 아직 나타나지 않았습니다. 마을은 외부 세계와 완전히 단절되지 않았지만, 비교적 독립적이고 자기 의존적인 행정 단위였습니다.

봄에는 마을에서 부처 및 신들을 맞이하는 축제를 열었고 많은 민속놀이도 행해졌습니다. 쩐 왕조부터 타이 빈Thái Bình의 시골 마을은 흙으로 만드는 폭죽 대회도 열렸습니다. 한 이야기에 따르면 1288년 박 당강 전투를 하러 가는 길에 쩐 흥 다이Trần Hưng Đạo의 코끼리가 화 강hóa river(현재 타이빈도 꾸인푸시 안타이구)에 빠졌습니다. 마을 주민들과 군인들은 코끼리가 올라갈 수 있도록 흙과 돌로 수렁을 채웠습니다. 그 이후로 여가시간에 백성들은 옛날 코끼리를 구하기 위해 수렁에 흙을 채웠던 장면을 재현하면서 흙으로 만든 폭죽 게임도 종종 했습니다.

Cuối thế kỉ XIV, nhà Trần bước vào giai đoạn suy đốn, Đại Việt lâm vào khủng hoảng. Quyền lực dần rơi vào tay đại thần Hồ Quý Ly (1336-1407). Năm 1400, Hồ Quý Ly phế bỏ hẳn nhà Trần, tự lập nên một triều đại mới, lấy tên nước là Đại Ngu (Nền hoà bình, yên vui lớn) và dời đô về thành Tây Đô (thuộc Vĩnh Lộc, Thanh Hoá ngày nay).

Hồ Quý Ly lên ngôi không được lòng dân. Con trai ông là Hồ Nguyên Trừng cũng phải chua xót thừa nhận: "Thần không sợ đánh [giặc], chỉ sợ lòng dân không theo." Năm 1406, 80 vạn quân Minh ồ ạt tràn qua biên giới. Nhà Hồ mau chóng thất bại. Nhà Minh thống trị nước ta hai mươi năm (1407-1427), gây ra vô số tội ác tày trời. Hai mươi năm ấy, dân ta cũng liên tiếp nổi dậy đấu tranh.

14세기 후반 쩐 왕조는 쇠퇴하면서 다이 비엣은 위기에 처했습니다. 권력은 호 꿔 리Hồ Quý Ly(1336-1407)라는 신하의 손에 들어갔습니다. 1400년, 호 꿔 리는 쩐 왕조를 완전히 폐하고 새로운 왕조를 세웠으며 국호를 다이 응우Đại Ngu(태평과 큰 복락이라는 뜻)로 하고 수도를 떠이 도Tây Đô 성으로 옮겼습니다.

호 꿔 리는 왕위에 올랐지만 민심을 얻지 못했습니다. 그의 아들 호 응우웬 쭝Hồ Nguyên Trừng도 "적과 싸우는 것은 두렵지 않지만 민심이 따르지 않는 것을 두렵다."라고 비통하게 인정했습니다. 1406년, 80만 명의 군대를 일으킨 명나라가 호 왕조를 쳐들어왔습니다. 호 왕조는 급격히 패망했습니다. 명나라는 베트남을 20년(1407-1427)간 지배하며 사상유래 없는 악행을 저질렀고 베트남 백성들은 계속해서 항쟁했습니다.

Những cuộc khởi nghĩa của các vương hầu quý tộc triều cũ, các thủ lĩnh địa phương... nổ ra ở khắp nơi, từ đồng bằng đến trung du, miền núi. Trong số đó, bền bỉ, dài lâu và có quy mô nhất phải kể đến Khởi nghĩa Lam Sơn do Lê Lợi (1385-1433) phát động từ năm 1418. Sau hơn 10 năm "nếm mật nằm gai", năm 1428, nghĩa quân đã tiến về giải phóng Thăng Long, mở lại nền thái bình cho dân tộc.

Đất nước tan bóng giặc, non sông vang dậy bản Bình Ngô Đại Cáo trầm hùng - bản Tuyên ngôn độc lập thứ hai của dân tộc. Trong bài cáo, Nguyễn Trãi (1380-1442) thay mặt cho Lê Lợi khẳng định chủ quyền đất nước:

"Như nước Đại Việt ta từ trước - Vốn xưng nền văn hiến đã lâu - Núi sông bờ cõi đã chia - Phong tục Bắc Nam cũng khác."

평야에서 내륙과 산악지대에 이르기까지 모든 곳에서 쩐 왕조의 귀족들과 지역 수령들이 무기를 들고 일어났습니다. 그중에서 1418년부터 시작되어 오래동안 지속되었던 람 썬Lam sơn 봉기는 레 러이Lê Lợi(1385-1433)가 지휘했습니다. 10년 이상의 봉기 끝에 1428년 봉기군은 탕 롱을 해방시켰으며 민족의 평화를 다시 찾았습니다.

중국의 침략자들을 쫓아내고 나라는 베트남의 두 번째 독립 선언서인 "평오대고"가 울려 퍼졌습니다. 응우옌 짜이(1380-1442)는 레러이를 대신해 "평오대고"를 통해 왕국의 주권을 주장했습니다.

"우리 다이 비엣은 - 진실로 문명국이다. - 산천의 경계가 다르듯 - 남북의 풍습도 또한 다르다."

Lê Lợi lên ngôi vua, lấy tên nước là Đại Việt, định đô ở đất Thăng Long. Triều Hậu Lê được khai mở, đây là triều đại lâu dài nhất và cũng nhiều biến cố thăng trầm nhất trong lịch sử nước ta. Nhà Lê lấy Nho giáo làm hệ tư tưởng chính thống để trị nước; Phật giáo, Đạo giáo bị hạn chế hơn nhiều so với các triều đại trước. Các khoa thi Nho học liên tục được tổ chức để chọn ra người hiền tài giúp vua trị nước.

Nổi tiếng nhất triều Hậu Lê là vua Lê Thánh Tông (ở ngôi từ 1460 đến 1497), niên hiệu Quang Thuận, Hồng Đức. Dưới sự trị vì của ông, chế độ phong kiến phát triển đến độ rực rỡ nhất. Nghề nông được triều đình nhất mực coi trọng. Kỉ cương, trật tự được gìn giữ nghiêm minh nhờ bộ luật Hồng Đức - bộ cổ luật hoàn thiện và tiến bộ nhất trong lịch sử phong kiến Việt Nam. Vua Lê Thánh Tông mở rộng lãnh thổ về phương Nam và khẳng định chủ quyền toàn vẹn bằng tập bản đồ mang niên hiệu mình: *Hồng Đức thiên hạ bản đồ*.

레 러이가 왕위에 올랐지만, 국호는 여전히 다이 비엣을 유지했고 수도는 탕 롱으로 정했습니다. 이 왕조가 후 레 왕조였습니다. 이 왕조는 베트남 역사상 가장 오래 지속되고 가장 많은 변동을 겪었습니다. 후 레 왕조는 유교를 중요한 이념으로 삼고 불교와 도교를 이전 왕조보다 훨씬 더 제한시켰습니다. 왕을 보필할 인재를 선발하기 위해 유교 시험은 지속적으로 개최되었습니다.

후 레 왕조의 가장 유명한 왕은 바로 레 타인 똥Lê Thánh Tông(1460-1497)입니다. 연호는 꾸앙 투언Quang Thuận, 홍 득Hồng Đức이었습니다. 그가 통치했던 시기에 봉건제도가 가장 찬란하게 발전했습니다. 정부는 농업을 가장 중요시 했습니다. 베트남 봉건 역사상 가장 완벽하고 진보적인 고전 법전인 "홍 득 법전" 덕분에 사회질서를 엄격하게 유지할 수 있었습니다. 레 타인 똥은 남쪽 방향으로 영토를 넓혔고 "홍득세상지도Hồng Đức thiên hạ bản đồ"라는 자신의 연호를 딴 지도책을 통해서 주권 보전을 주장했습니다.

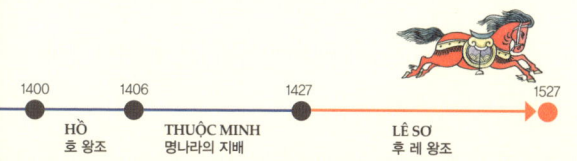

Văn học chữ Hán chiếm ưu thế. Tuy vậy văn học chữ Nôm (là một dạng chữ viết do người Việt sáng tạo dựa trên hình dạng chữ Hán) vẫn không ngừng phát triển. Lê Thánh Tông, Nguyễn Trãi là những người có nhiều sáng tác bằng chữ Nôm nhất. *Quốc âm thi tập* của Nguyễn Trãi và *Hồng Đức Quốc âm thi tập* của Lê Thánh Tông là hai trong số những tập thơ Nôm xưa nhất và có giá trị còn lưu truyền đến ngày nay.

Bộ *Đại Việt sử ký toàn thư* của Ngô Sĩ Liên là bộ sách ghi lại lịch sử nước ta từ thời vua Hùng Vương đến thời Hậu Lê. Đây là bộ sử lâu đời nhất của nước ta còn lưu truyền đến tận ngày nay. Ở các lĩnh vực khoa học khác như y học, toán học cũng đạt được những thành tựu nhất định. Lương Thế Vinh (1441 – 1496) đã tập hợp những kiến thức toán học để soạn thành cuốn *Đại thành toán pháp*.

한자를 사용한 문학이 우세를 차지했습니다. 하지만 놈 문학(한자체 기반으로 베트남 사람들이 창조한 글자의 일종)도 쉼 없이 발전했습니다. 놈 글자로 가장 많이 창작한 사람은 레 타인 똥과 응우옌 짜이었습니다. 응우옌 짜이의 꾸옥 엄 티 떱Quốc âm thi tập과 레 타인 똥의 홍 득 꾸옥 엄 티 떱Hồng Đức quốc âm thi tập 두 종류의 시는 지금까지 가치를 인정받는 가장 오래된 놈 문학입니다.

응오 씨 리엔Ngô Sĩ Liên의 대월사기전서(베트남 역사를 담고 있는 책)는 홍 왕조부터 후 레 왕조까지 베트남 역사를 기록한 책입니다. 이것은 오늘날까지 전해내려 온 베트남에서 가장 오래된 역사책입니다. 의학 및 수학 같은 다른 과학적 분야에서도 성과를 이뤘습니다. 르엉 테 비잉(Löông Theá Vinh 1441-1496)이라는 학자는 수학적 지식을 모아서 다이 타인 또안 팝Đại thành toán pháp이란 책을 썼습니다.

Sau khi vua Lê Thánh Tông mất, triều đình hủ bại, xuất hiện những hôn quân tham tàn, bạo ngược như Lê Uy Mục, Lê Tương Dực. Đời sống của nhân dân ngày càng chìm đắm trong cảnh tối tăm, cực nhọc. Khởi nghĩa nông dân bùng phát khắp nơi. Nhân cơ hội đó, Mạc Đăng Dung (1483-1541) - một võ tướng dưới triều vua Lê Chiêu Tông - đã tự lập ngôi vua. Nhà Mạc trải qua 65 năm (1527-1592), với năm đời vua. Dưới triều Mạc, kinh tế, văn hoá, giáo dục Đại Việt đã phần nào được phục hồi.

Tuy nhiên, trong suốt thời kì trị vì, nhà Mạc luôn bị đe dọa bởi các thế lực muốn khôi phục nhà Lê. Đến năm 1533, nhóm con cháu và cựu thần nhà Lê do tướng Nguyễn Kim (1468-1545) đứng đầu đã tái lập nhà Lê Trung Hưng. Đất nước hình thành hai chính quyền song song tồn tại: Bắc Triều (nhà Mạc) cai quản từ Thanh Hoá trở ra; và Nam Triều (nhà Lê Trung Hưng) chiếm giữ từ Thanh Hoá trở vào Nam.

레 타인 똥 왕이 세상에 떠나고 난 뒤 왕조는 부패했습니다. 레 위 뭅Lê Uy Mục과 레 뜨엉 득Lê Tương Dực 왕처럼 미개하고 잔인한 왕들이 국민들의 생활을 더욱 어둡고 비참한 생활로 만들었습니다. 그 결과, 농민 봉기가 곳곳에서 일어났습니다. 레 찌에우 똥 왕 때, 무관인 막 등 용(Maïc Ñaêng Dung 1483-1541)이 왕위를 뺐었습니다. 그래서 막 왕조가 시작되었지만, 막 왕조는 65년간(1527-1592) 다섯번째 왕을 끝으로 멸망했습니다. 다행히 이 기간 동안 경제, 문화, 교육이 일정부분 회복되었습니다.

하지만 막 왕조는 멸망했던 레 왕조를 복원시키기 위한 세력들에게 항상 위협을 당했습니다. 1533년, 응우옌 킴(1468~1545) 지휘 아래 레 왕조의 후예들과 조력자들 덕분에 레 왕조는 레 충 흥Lê Trung Hưng이라는 이름으로 복원되었습니다. 그래서 하나의 나라에 두 정부가 공존하게 되었습니다. 북조(막 왕조)는 타인 화Thanh Hóa부터 북쪽 끝까지 지배했고, 남조(레충홍 왕조)는 타인 화부터 남쪽 끝까지 차지했습니다.

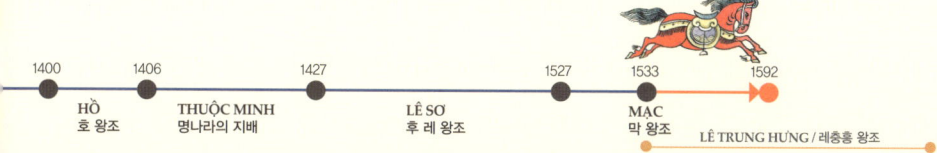

Suốt những năm tháng biến động thời Nam - Bắc Triều, làng xã Đại Việt đã đổi thay đáng kể. Mỗi làng vẫn là một đơn vị hành chính - kinh tế tương đối độc lập nhưng triều đình phong kiến đã bắt đầu can thiệp sâu hơn vào khối tự trị này. Bắt đầu từ thời Mạc, không gian làng ngoài đền, chùa, miếu còn có thêm đình - nơi thờ Thành hoàng và hội họp của cả cộng đồng.

Thương cảng Vân Đồn ở phía Bắc và Hội An ở phía Nam tiếp tục phát triển mạnh mẽ, Thăng Long vẫn là đô thị lớn nhất cả nước. Người thị dân đô thành Thăng Long tự hào về nếp sống thanh lịch, về công trình kì vĩ Cửu Trùng Đài (ở cạnh Hồ Tây, đã bị phá huỷ năm 1516 khi chưa hoàn thành), những nghề thủ công tinh xảo như nghề làm tranh Tự Tháp (sau này là gọi là tranh Hàng Trống)…

남북조 시대라는 변동기 동안 베트남 마을은 크게 변화했습니다. 각 마을은 비교적 독립적인 경제 행정구역으로 유지되었지만 왕조에서는 이 자치구역을 간섭하기 시작했습니다. 막 왕조부터 마을에는 탑, 절, 묘 외에도 탕 황Thành hoàng 신을 숭배하고 지역 주민들이 회의하는 공동 주택이 생겨났습니다.

북쪽에 있는 번 돈Vân Đồn과 남쪽에 있는 호이 안Hội An 같은 상업적 항구들이 번창했습니다. 탕 롱Thăng Long은 여전히 베트남에서 가장 큰 도시였고 탕 롱 사람들은 서쪽 호숫가에 웅장한 건축물인 꺼우 쭝 다이Cửu Trùng Đài*, 뜨 탑Tự Tháp(나중에 항쫑)처럼 그림을 손수 그린 듯한 수공예와 우아한 일상 생활을 자랑스러워했다.

*꺼우쫑다이는 1516년에 완성되지 못한 채, 파괴됨.

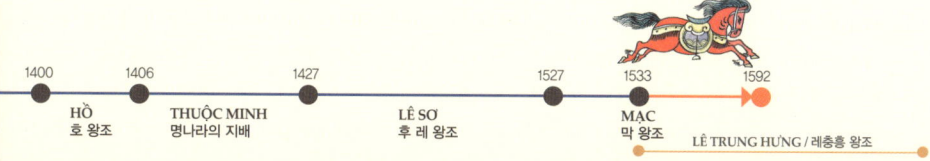

Trở lại chuyện Nam Triều, sau khi Nguyễn Kim mất, người con rể Trịnh Kiểm (1503-1570) thay ông nắm giữ binh quyền. Trịnh Kiểm mưu toan diệt trừ thế lực họ Nguyễn để thâu tóm mọi quyền hành. Thế lực họ Trịnh ngày càng lớn mạnh. Con trai Nguyễn Kim là Nguyễn Hoàng (1525-1623) phải dạt về vùng Thuận Hoá (Quảng Bình, Quảng Trị, Thừa Thiên Huế) xa xôi.

Năm 1592, quân Nam Triều do Trịnh Tùng (1550-1623) chỉ huy đã mở cuộc tấn công quyết định vào Thăng Long. Quân Mạc thua to, phải chạy lên vùng núi Cao Bằng. Triều Mạc tồn tại lay lắt đến năm 1627, nhưng thế Nam - Bắc Triều về cơ bản đã kết thúc từ đây. Cũng trong năm 1592, Trịnh Tùng được phong vương, chính thức trở thành vị chúa Trịnh đầu tiên. Chúa Trịnh nắm thực quyền từ Đèo Ngang trở ra Bắc. Vùng này gọi là Đàng Ngoài, và ở đây vua Lê chỉ còn tồn tại trên danh nghĩa.

남조에서는 응우옌 킴Nguyễn Kim이 세상에 떠나고 난 뒤 사위인 찐 끼엠Trịnh Kiểm(1503-1570)이 왕을 이어 받았는데, 응우옌 가문을 몰락시키기 위한 음모를 꾸미고, 모든 권력을 빼앗았습니다. 찐 가문은 점점 막강한 권력을 가지게 되었습니다. 그래서 응우옌 킴의 아들 응우옌 황Nguyễn Hoàng(1525-1623)은 먼 투언 화Thuận Hóa(오늘날 꾸앙빈도, 꾸앙찌도, 투어티엔훼) 지역으로 피난해야했습니다.

1592년, 찐 뚱Trịnh Tùng(1550-1623) 지위 하에 남조 군대가 탕 롱을 공격하였습니다. 북조의 막 군대는 완패했고 막은 까오 방Cao Bằng이라는 산악지역으로 달아났습니다. 막 왕조는 1627년까지 위태롭게 유지하였지만, 이때부터 남북조 공존시대는 거의 끝이 보이기 시작하였습니다. 1592년도 찐 뚱은 첫 번째 찐Trịnh 왕이 되었습니다. 찐 왕조는 응앙 산 고개Đèo ngang부터 북쪽 끝까지 세력을 뻗쳤으며 당 응오아이Đàng ngoài라고 불렸고 이때 레 왕조는 외형적으로만 존재했습니다.

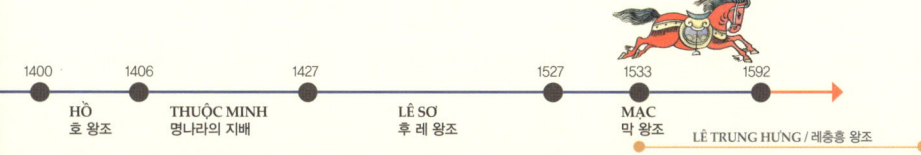

Lại nói về Nguyễn Hoàng, người năm xưa phải dạt về vùng Thuận Hoá. Ông chiêu mộ dân binh, từng bước khai phá mảnh đất này thành một vùng trù phú. Ông tự xưng vương, cát cứ một cõi đất Đàng Trong (Đèo Ngang trở vào Nam). Ông là vị chúa Nguyễn đầu tiên, sử sách vẫn gọi là chúa Tiên.

Ở Đàng Trong, các đời chúa Nguyễn đều có chính sách quan tâm đến nông nghiệp. Hàng loạt con sông và kênh được đào vét ở Thuận Quảng, những vùng đất hoang vu ở Nam Bộ đã trở thành ruộng phì nhiêu. Chợ cũng hình thành ngày càng nhiều vì nhu cầu trao đổi hàng hóa. Dù bị các chúa Trịnh và chúa Nguyễn ngăn cấm, giữa Đàng Trong và Đàng Ngoài vẫn có luồng buôn bán trao đổi không chính thức.

과거에 투어 화 지역으로 도망갔던 응우옌 황은 그동안 다시 번영하기 위해 땅을 개발하고 민병대도 모집했습니다. 그는 당 쫑Đàng Trong(응앙 산고개부터 남쪽 끝까지)을 지배하는 왕이라고 선언했습니다. 응우옌 황은 응우옌 가문에서 첫 왕(역사에 추어띠엔이라고 칭함)이 되었습니다.

당 쫑의 응우옌 왕은 농업을 중요시하는 많은 정책들을 펼쳤습니다. 수많은 강과 운하가 투언 꾸앙Thuận Quảng에서 생겨났으며 남부의 황무지였던 곳을 비옥한 땅으로 발전시켰습니다. 물건을 교환해야할 상품의 수요가 넘쳐서 시장도 많이 형성되었습니다. 찐 왕과 응우옌 왕은 물물교환을 금지했지만 비공식적으로 당 쫑과 당 응오아이 사이의 무역로에서 물물교환이 이루어졌습니다.

Các đời chúa Nguyễn kiên trì Nam tiến, không ngừng mở rộng cương thổ. Đến năm 1757, chúa Nguyễn Phúc Khoát (chúa Vũ) đã cai quản Cà Mau, Châu Đốc, Sa Đéc và khai thác, kiểm soát cả biển đảo Hoàng Sa, Trường Sa. Lãnh thổ nước ta khi đó đã định hình chữ S như ngày nay.

Đặc biệt, ở Đàng Trong đã xuất hiện ba phố cảng lớn là Hội An (Quảng Nam), Thanh Hà (Thừa Thiên) và Nước Mặn (Bình Định) để phục vụ giao thương với người ngoại quốc. Các mặt hàng xuất khẩu gồm vàng, tơ sợi, ngọc trai, hạt cau, tôm khô, yến sào, hải sâm, đường, đồ mĩ nghệ… Ngoài ra, các thương nhân Việt Nam còn thuê đóng ghe bầu để đem hàng đi buôn bán xa bằng đường biển.

응우옌 왕들은 계속 영토를 넓히기 위해 "남하 전진" 정책을 펼쳤습니다. 1757년, 응우옌 푹 코앗Nguyễn Phúc Khoát 왕은 카 마우Cà Mau, 쩌우 돕Châu Đốc, 사 댁Sa Đéc을 점령했고 황 사Hoàng Sa, 쯔엉 사Trường Sa의 영해까지 지배했습니다. 이때 베트남의 영토는 오늘날과 비슷한 S모양이 형성되었습니다.

특히 당 쫑에서 꾸앙 남Quảng Nam의 호이안, 투어 티엔Thừa Thiên의 탄하, 빈 딘Bình Định의 느억만 3개의 큰 항구도시가 생겨났습니다. 그 중에 호이안이 가장 유명했습니다. 주로 수출 물건은 금, 비단, 진주, 빈랑 씨, 건새우, 제비 둥지, 해삼, 설탕, 미술작품 등이었습니다. 그리고 시장과 외국상업 지점에서 거래하는 것뿐만 아니라 베트남 상인들은 해상 운송을 위해 사람을 고용하여 물건을 싣는 배를 만들었습니다.

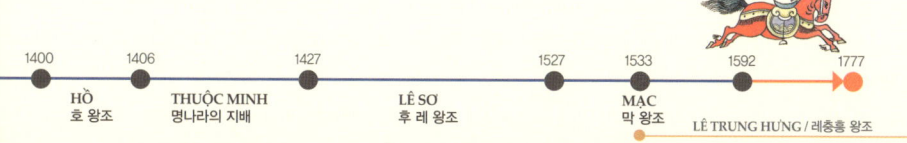

Cuối thế kỉ XVIII, cả Đàng Trong và Đàng Ngoài đều khủng hoảng do nội chiến liên miên. Tiếng oán than trong các xóm làng bật khởi thành những cuộc đấu tranh chống chính quyền. Sử sách gọi đây là "thế kỉ của khởi nghĩa nông dân". Ngọn cờ tiêu biểu nhất trong giai đoạn này là Khởi nghĩa Tây Sơn bùng phát vào năm 1771 ở miền Tây Sơn thượng đạo (nay thuộc thị xã An Khê, tỉnh Gia Lai).

Sau khi tiêu diệt thế lực chúa Nguyễn ở Đàng Trong (1777), năm 1786, Bắc Bình Vương Nguyễn Huệ (1753-1792) thân chinh ra Bắc, lật đổ chúa Trịnh, lập Lê Chiêu Thống làm vua rồi rút quân về Quy Nhơn. Nhưng vua Lê Chiêu Thống không giữ được ngôi báu, chạy sang cầu viện nhà Thanh. Vua Thanh mượn cớ giúp liền cử 29 vạn quân tiến sang Đại Việt. Nghe tin ấy, ngày 22-12-1788, Nguyễn Huệ lên ngôi hoàng đế ở Phú Xuân (Huế), lấy hiệu là Quang Trung để có danh chính ngôn thuận chống quân xâm lược.

18세기 후반, 장기적인 내전 때문에 당쫑과 당 응오아이는 위험해 처하게 되었습니다. 마을내 원망의 목소리가 정부에 저항하는 저항군으로 바뀌었습니다. 역사가들은 이 시대를 "농민 봉기의 시대"라고 불렸습니다. 1771년, 떠이선 고원Tây Sơn(현재 야라이도 안케시)에서 일어난 떠이선 반란은 이 시대의 대표적 반란이었습니다.

1777년, 당 쫑의 응우옌 세력을 거의 전멸시키고 난 뒤에 1786년에 떠이선 봉기에 가장 위대한 지도자인 응우옌 훼Nguyễn Huệ(1753-1792)는 북으로 진군해 찐 가문을 무너뜨렸고 레 찌에우 통Lê Chiêu Thống을 왕좌에 앉히고 군대와 함께 퀴 년Quy Nhơn으로 갔습니다. 하지만 레 찌에우 통은 왕의 자리를 지키지 못해 청나라에 지원을 요청했습니다. 이 기회를 이용해 청나라의 왕은 29만 명의 군대를 다이 비엣으로 보냈습니다. 소식을 듣고 1788년 12월 22일에는 응우옌 훼는 침략군과 투쟁하기 위해 푸 쑤안Phú Xuân(훼)에서 왕위에 올랐고 호명을 꾸앙 쭝Quang Trung으로 지었습니다.

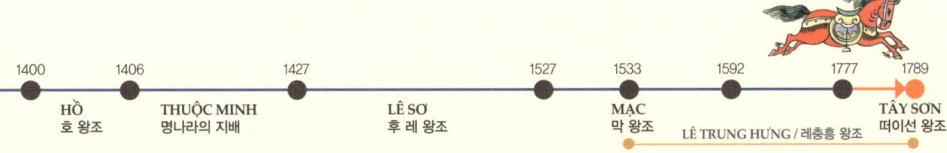

Ngay sau lễ đăng quang, vua Quang Trung dẫn đại binh thần tốc tiến ra Bắc đánh đuổi quân xâm lược. Chỉ sau mấy ngày, đoàn quân đã vượt hơn 300km từ Phú Xuân ra đến Nghệ An. Tại đây, vua cho hạ trại và gấp rút tuyển binh. Ngày 15-1-1789, vua hội quân với Ngô Văn Sở ở phòng tuyến Tam Điệp (Ninh Bình) - Biện Sơn (Thanh Hoá). Đêm 25-1-1789 (30 tháng Chạp năm Mậu Thân), vua cho tướng sĩ ăn Tết sớm rồi làm lễ xuất quân.

Ngay trong đêm ấy, quân Tây Sơn chia làm năm đạo, thế như vũ bão, thẳng tiến về Thăng Long. Bị tấn công bất ngờ, giặc Thanh hoảng hốt, trở tay không kịp. Các đồn trại của chúng như Gián Khẩu, Hạ Hồi, Ngọc Hồi… nhanh chóng thất thủ. Chiều 30-1-1789 (mồng 5 Tết Kỉ Dậu), vua Quang Trung cùng nghĩa quân đã lấy lại Thăng Long. Người anh hùng áo vải uy phong lẫm liệt cưỡi voi vào thành. Cả kinh thành già, trẻ, gái, trai hân hoan chào đón đoàn quân chiến thắng.

대관식 직후, 꾸앙쭝 왕은 군대를 직접 이끌고 침략군을 물리쳤습니다. 며칠 뒤에 군대는 푸 쑤안에서 응에 안Nghệ An까지 300km를 건넜습니다. 여기서 왕은 진을 치면서 새로운 병사를 모집했습니다. 1789년 1월 15일에 떰 디엡Tam Điệp(닌빈), 비엔 선Biện Sơn(타인화)의 방어선에서 응오 반 서Ngô Văn Sở 장군을 만났습니다. 1789년 1월 25일(음력 1788년 12월 30일) 밤에 왕과 그의 군대는 미리 새해를 축하하고 출정식을 열었습니다.

그날 밤 떠이선 군대는 다섯 방향으로 나누면서 폭풍처럼 탕롱으로 진군했습니다. 갑자기 공격을 당한 청 군대는 당황하여 반격을 하지 못했습니다. 얀 커우Gián Khẩu, 하 호이Hạ Hồi, 응옥 호이Ngọc Hồi 등 청 군대의 주둔지가 빠르게 함락되었습니다. 1789년 1월 30일(음력 1월 5일) 오후, 꾸앙쭝 왕과 군대는 탕롱을 되찾았습니다. 꾸앙쭝 왕은 위풍당당하게 코끼리를 타며 성에 들어가 주민들의 따뜻한 환영을 받았습니다.

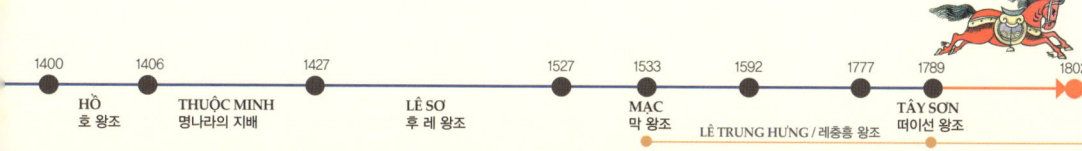

Mùa thu năm 1792, vua Quang Trung đột ngột băng hà. Triều đình Tây Sơn bắt đầu suy yếu. Nhân cơ hội đó, cháu nội chúa Nguyễn Phúc Khoát là Nguyễn Ánh (1765-1820) đã đánh chiếm các phủ thành, lập ra nhà Nguyễn vào năm 1802. Nguyễn Ánh lên ngôi, lấy niên hiệu là Gia Long, đóng đô ở Phú Xuân (Huế). Năm 1804, vua đổi tên nước thành Việt Nam. Năm 1838, con trai ông là vua Minh Mạng lại cho đổi tên nước thành Đại Nam. Quốc hiệu này được duy trì trong suốt các đời chúa Nguyễn về sau.

Vương triều Nguyễn trải dài 143 năm qua 13 đời vua: Gia Long, Minh Mạng, Thiệu Trị, Tự Đức, Dục Đức, Hiệp Hoà, Kiến Phúc, Hàm Nghi, Đồng Khánh, Thành Thái, Duy Tân, Khải Định, Bảo Đại. Dưới những triều vua đầu tiên, đất nước phát triển ổn định. Kinh tế, văn hoá được chấn hưng. Thương nghiệp bước đầu mở rộng. Các khoa thi Đình được tổ chức đều đặn để chọn người tài ra giúp vua trị quốc.

1792년 가을에 꾸앙쫑 왕은 갑자기 세상에 떠났습니다. 떠이선 왕조는 쇠약해지기 시작했습니다. 그 기회를 이용하여 응우옌 푹 코앗 왕의 손자인 응우옌 아인Nguyễn Ánh(1765-1820)은 탕 롱성을 공격해서 정복했습니다. 1802년에 응우옌 왕조를 만들었습니다. 응우옌 아인은 왕이 되었고 야 롱Gia Long이라는 연호를 썼고 푸 쑤안(훼)을 수도로 정했습니다. 1804년 왕은 나라이름을 베트남으로 바꿨습니다. 1838년에 왕의 아들인 민 망Minh Mạng은 다시 다이 남Đại Nam으로 나라이름을 변경시켰습니다. 후기 응우옌 왕들도 이 국호를 유지했습니다.

응우옌 왕조는 143년 동안 존재했으며 그동안 13명의 왕이 있었습니다. 지아 롱Gia Long, 민 망Minh Mạng, 티에우 찌Triệu Thị, 뜨 득Tự Đức, 육 득Dục Đức, 히엡 화Hiệp Hòa, 끼엔 푹Kiến phúc, 함 응히Hàm Nghi, 동 카인Đồng Khánh, 타인 타이Thành Thái, 쭈이 떤Duy Tân, 카이 딘Khải Định, 보오 다이Bảo Đại. 초기 응우옌 왕들이 통치하는 기간에 국가는 안정적으로 발전했습니다. 경제 및 문화가 회복되고 상업은 커지기 시작했습니다. 나라를 통치하는 왕을 도와주는 인재를 뽑기 위해 정기(과거) 시험을 정기적으로 열었습니다.

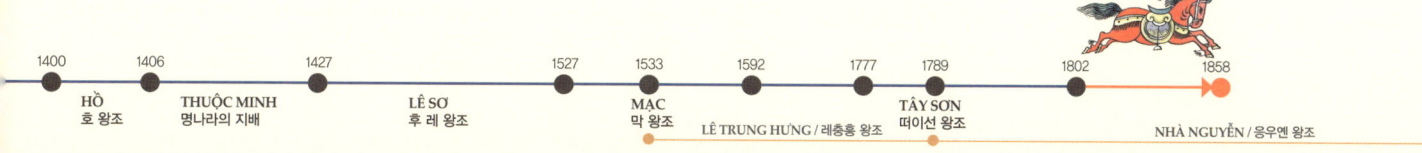

Vua Gia Long rất đề cao Nho học, cho lập Văn Miếu ở các doanh, các trấn thờ đức Khổng Tử và lập Quốc Tử Giám năm 1803 ở Kinh thành Huế để dạy cho các quan và các sĩ tử, mở khoa thi Hương lấy những người có học, có hạnh ra làm quan. Vua cho ban hành đạo dụ về việc mở trường học ở các tỉnh, ấn định nhân viên giáo giới và chương trình học chế đồng thời tái lập lại các khoa thi ở các trấn. Ở mỗi trấn có một quan Đốc học phụ trách việc học hành.

Theo thông lệ cứ ba năm triều đình mở khoa thi Hương ở các địa phương. Những người trúng cao ở khoa thi Hương gọi là cử nhân, trúng thấp gọi là tú tài. Năm sau ở Kinh đô mở khoa thi Hội tại bộ Lễ, những cử nhân năm trước khi ứng thí, nếu trúng cách thì được tiếp tục thi Đình ở trong điện nhà vua để lấy các bậc Tiến sĩ. Cùng với sự phát triển của Nho học, một số giá trị văn hoá phương Tây bắt đầu được tích hợp vào văn hoá Việt Nam như sự du nhập của đạo Thiên Chúa, dẫn theo sự ra đời và phát triển của chữ Quốc ngữ.

지아롱 왕은 유교를 높이 평가했기에 소도시에선 공자를 숭배하기 위해 문묘를 세웠습니다. 고위 공무원과 수험생을 교육할 수 있도록 1803년에 훼 왕궁에서 꾸옥 뜨 지암Quốc Tử Giám 대학교를 세웠습니다. 흐엉Hương 시험을 통해 고위 공무원으로 될 재능도 있고 덕도 있는 사람을 선발했습니다. 왕은 지방에 학교를 설립하여 교육을 실시하였고, 소도시에서도 과거 시험을 실시하였습니다. 소도시마다 교육을 담당하는 교육관이 있었습니다.

통례적으로 지방에서 3년마다 흐엉시험을 개최하였습니다. 이 시험에서 고득점자는 학사 졸업자라 불렀고, 통과한 사람은 학사 입학자라고 불렀습니다. 다음 해에는 수도의 예조(외교, 교육, 문화에 관한 일을 하는 관서)에서 호이Hội 시험을 실시하였습니다. 흐엉 시험에서 합격한 학사 졸업자가 호이 시험에도 응시하여 합격하면 박사 학위를 취득할 수 있는데, 왕궁에서 실시하는 딘Đình* 시험에 합격해야 했습니다. 유교 발전과 함께 기독교의 도입과 같은 서양의 문화적 가치가 베트남 문화에 통합되었습니다. 뒤이어 쯔 꾸옥 응으Chữ quốc ngữ(베트남어를 라틴 문자로 표기하는 베트남어의 로마자 표기법)가 생겨나고 발전되었습니다.

* 우우옌 왕조 시대는 흐엉, 호이, 딘, 이 3가지 과거 시험이 있음. 그 중에 딘 시험이 가장 높은 등급 시험임. 그 다음 순서대로 호인, 흐엉 시험임. 높은 등급 시험에 합격하려면 낮은 등급 시험에 합격해야 함.

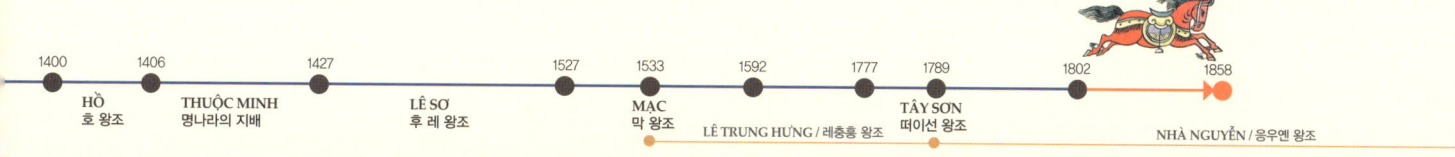

Tuy nhiên, triều đình nhà Nguyễn lại thi hành chính sách độc tôn Nho giáo đến độ cực đoan. Nho giáo buổi cuối mùa ngày càng sa đoạ, bảo thủ, không hoà đồng, cởi mở với thế giới bên ngoài và ngày càng rời xa lợi ích của toàn dân tộc. Trước nguy cơ tồn vong của đất nước, nhiều nhà trí thức tiến bộ mà tiêu biểu là Nguyễn Trường Tộ (1828-1871) đã gửi điều trần lên vua xin cải cách đất nước nhưng không được chấp nhận.

Nước ta rơi vào tầm ngắm của các nước thực dân phương Tây đang săn tìm thuộc địa. Năm 1858, liên quân Pháp - Tây Ban Nha tấn công bán đảo Sơn Trà (Đà Nẵng), mở đầu cho cuộc chiến tranh xâm lược. Sau khi vua Tự Đức băng hà (1883), triều đình trở nên rối loạn. Thực dân Pháp đánh chiếm cửa biển Thuận An (Huế), buộc nhà Nguyễn lần lượt kí các hàng ước: Hác-măng (1883), Pa-tơ-nốt (1884). Sau gần 30 năm xâm lược và bình định, người Pháp đã đặt ách thống trị về mọi mặt trên lãnh thổ nước ta.

하지만 응우옌 왕조는 극단적으로 유교를 숭배하는 정책을 시행했습니다. 나중에 유교는 점점 타락되고 보수적으로 변하여 외부 세계와도 교류하지 않고, 국가의 이익과는 동떨어졌습니다. 국가의 존망에 응우옌 즈엉 또Nguyễn Trường Tộ(1828-1871) 같은 대표적인 진보적 학자와 지식인은 국가의 개혁을 요구한 제안서를 왕에게 제출했지만 받아들여지지 않았습니다.

베트남은 새로운 식민지를 찾던 서방국가의 눈에 띄었습니다. 1858년, 프랑스-스페인 연합군의 선 짜 반 도Bán đảo Sơn Trà(다낭)를 공격하는 것이 침략의 시작이었습니다. 1883년, 뜨득 왕이 세상을 떠나고 난 뒤 조정은 혼란스러워졌습니다. 프랑스 식민주의자들은 훼Huế에 있는 투언 안Thuận An 해항을 장악하며, 학망Hắc-măng(1883), 바떠놀Pa-tơ-nôl(1884)에 강제로 조건부 항복시켰습니다. 거의 30년간의 침략과 강화조약으로 프랑스는 베트남 영토를 전반적인 지배를 했습니다.

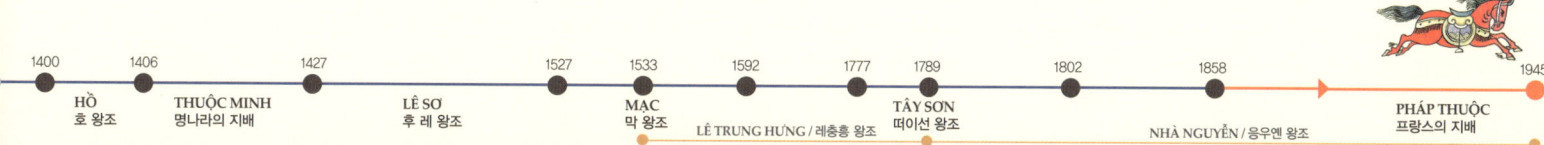

Sự xâm lược của thực dân Pháp đã tạo ra một sự đứt gãy lớn trong lịch sử dân tộc. Nó gieo rắc đau thương trên lãnh thổ của người dân mất nước nhưng cũng mang đến một luồng gió mới, phá vỡ vòng phát triển luẩn quẩn của xã hội nông nghiệp cổ truyền. Người Pháp xâm lược nước ta với chiêu bài "khai hoá văn minh". Họ cho người Việt tiếp xúc với nền văn minh, kĩ thuật phương Tây để phục vụ cho lợi ích thực dân.

Để khai thác thuộc địa, người Pháp còn xây dựng hạ tầng cơ sở, như hệ thống đường bộ xuyên Việt, đường sắt, cầu cống... Ngoài ra, họ cũng đưa vào nước ta các ngành công nghiệp chế biến và tiêu dùng. Một số đô thị cũng được kiến tạo theo kiến trúc của các thành phố phương Tây. Văn hóa, giáo dục Việt Nam dần bước ra khỏi ảnh hưởng của Nho giáo và bắt đầu tiếp nhận những tư tưởng bình đẳng, dân chủ của phương Tây.

프랑스의 침략은 베트남 민족의 역사를 크게 훼손시켰습니다. 베트남 전역에 고통을 주긴 했지만, 새로운 바람이 불어 고전 농업 사회의 악순환을 깨기도 했습니다. 프랑스군은 "문명개화"라는 명목으로 베트남을 침략했습니다. 그들은 식민지의 이점을 얻기 위해 베트남 사람들이 서구의 문명과 기술을 접촉할 수 있게 했습니다.

식민지를 이용하기 위해 베트남을 관통한 육로 시스템, 철도, 다리와 도로 등과 같은 인프라를 건설하게 했습니다. 또한 베트남에 가공공업과 소비재를 소개시켰습니다. 일부 도시도 서양 도시의 건축 양식에 따라 지어졌습니다. 베트남의 문화와 교육은 점점 유교의 영향에서 벗어나고 서양의 평등하고 민주적인 사상을 채택하기 시작했습니다.

Cuối thế kỉ 18, Việt Nam đứng trước sự chuyển mình lớn do tác động của chính sách khai thác thuộc địa. Đầu tiên là sự hình thành và phát triển của một loạt các thành phố: Hà Nội, Hải Phòng, Nam Định. Khác với những đô thị cổ như Thăng Long, Phố Hiến,... những thành phố này gắn với máy móc, công nghiệp, công nhân. Thành phố đem đến cho người Việt những sản phẩm của một nền văn minh lạ lẫm: đèn điện, tàu hoả, nhà cao tầng...

Từ đây, hàng loạt các cuộc cách tân từ hình thức như trang phục, đầu tóc... đến tư tưởng đã diễn ra. Người Việt bắt đầu dùng trang phục Âu hoá, tương tự như trang phục của chúng ta ngày nay. Quá trình này diễn ra mạnh mẽ hơn ở các thành phố. Đặc biệt, lớp trí thức được đào tạo theo mô hình giáo dục của Pháp được hình thành và bắt đầu có vai trò quan trong trong cuộc chuyển biến văn hoá xã hội Việt Nam.

19세기 후반, 프랑스 식민지 정책의 영향으로 베트남은 크게 변화하였습니다. 가장 큰 변화는 하 노이Hà Nội, 하이 퐁Hải Phòng, 사이 공Sài Gòn 등 대도시들의 형성과 발전이었습니다. 탕 롱Thăng Long, 포 히엔Phố Hiến 등과 같은 전통적인 도시들과는 다르게 이 도시들은 기계, 공업, 근로자, 전등, 기차, 고층 건물 등과 밀접했습니다. 그들은 다양한 기능(행정, 군사, 경제, 항구)의 대도시들이었습니다.

그 이후로 의상, 머리 스타일 등과 같은 사람들의 외모부터 사상까지 일련의 혁신이 일어났습니다. 베트남 사람들은 오늘날의 베트남 사람들의 의상과 비슷하게 서구화한 의상을 입기 시작했습니다. 여러 도시에서 이러한 과정이 더 급격히 일어났습니다. 특히 프랑스의 교육양식에 따라서 훈련받은 지식계층들이 형성되었으며 베트남의 사회 문화적 변화에 중요한 역할을 하기 시작했습니다.

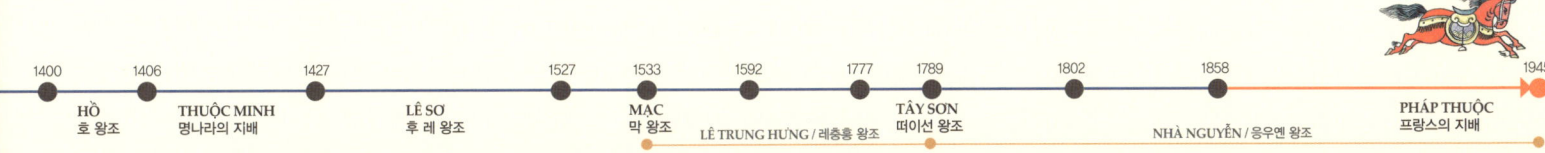

Tuy nhiên, chiêu bài "khai hoá văn minh" cũng không thể làm người Việt quên rằng, họ là những người dân mất nước. Người Pháp cũng không ngờ rằng, những tư tưởng tự do, dân chủ tiến bộ họ đưa vào Việt Nam lại gợi mở cho những người yêu nước một con đường giải phóng dân tộc. Đó là cách mạng theo khuynh hướng dân chủ tư sản. Lúc này, dưới ảnh hưởng của công cuộc khai thác thuộc địa, xã hội Việt Nam xuất hiện hai tầng lớp mới: tư sản và tiểu tư sản. Nhiều người trong số họ đã chịu ảnh hưởng mạnh mẽ và tham gia vào các phong trào yêu nước do hai chí sĩ lỗi lạc là Phan Bội Châu (1867-1940) và Phan Chu Trinh (1872-1926)… phát động.

Phan Bội Châu tổ chức phong trào Đông Du (đưa thanh niên ra nước ngoài học tập), Phan Chu Trinh phát động cuộc vận động Duy Tân (chủ trương học tập các nước phương Tây để phát triển kinh tế, văn hoá…) Báo chí phát triển mạnh mẽ và trở thành một "vũ khí" cho cuộc đấu tranh giành độc lập. Tháng 2-1930, sau thất bại của cuộc khởi nghĩa Yên Bái do Nguyễn Thái Học (1902-1930) lãnh đạo, Việt Nam Quốc dân đảng tan rã, khuynh hướng dân chủ tư sản cũng kết thúc vai trò lịch sử tại đây.

하지만 "문명개화"라는 명목은 베트남 사람들이 국가를 잃었다는 사실을 잊게 만들 수는 없었습니다. 프랑스군은 베트남에 소개했던 자유와 민주주의 이념들이 애국자로 하여금 독립운동을 하게 할 것이라고는 예상하지 못했습니다. 이것이 부르주아 민주혁명입니다. 그 당시 식민지배의 영향으로 베트남 사회에서는 부르주아 및 프티부르주아라는 두 가지의 새로운 계층이 생겼습니다. 이들 계층의 상당수가 판 보이 쩌우Phan Bội Châu(1867-1940)와 판 추 트린Phan Chu Trinh(1872-1926)이 참여한 애국운동에 강한 영향을 받았고 참여하였습니다.

판 보이 쩌우는 다른 나라로 유학을 갔던 청소년들을 모아 동 주Đông du운동을 일으켰습니다. 판 추 트린은 주이 떤Duy Tân(문화, 경제를 발전시키기 위해 서구의 국가들한테서 배운 지침) 운동을 일으켰습니다. 언론은 왕성해졌으며 독립운동의 무기로 되었습니다. 1930년 2월, 응우옌 타이 헉Nguyễn Thái Học(1902-1930)이 지휘한 엔 바이Yên Bái 봉기가 실패하고 난 뒤, 베트남 국민당은 없어졌고 부르주아 민주화 운동도 끝장났습니다.

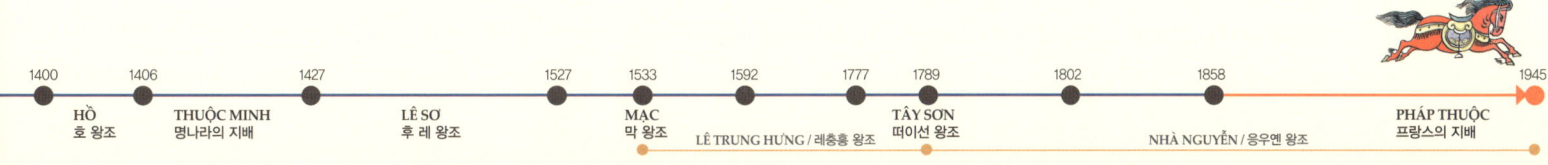

Một nhà cách mạng đã nhận ra lối thoát duy nhất cho cả dân tộc trong thời điểm lúc bấy giờ, đó là Hồ Chí Minh (1890-1969). Người hiểu rằng, chỉ có con đường cách mạng vô sản do giai cấp công nhân lãnh đạo mới tổ chức được khối đoàn kết toàn dân, giành độc lập cho dân tộc. Người đã bôn ba qua nhiều nước, tham gia các hoạt động cách mạng quốc tế, đúc rút kinh nghiệm để áp dụng vào cách mạng Việt Nam. Hồ Chí Minh đã đứng ra thành lập Đảng Cộng sản Việt Nam (3-2-1930), chính đảng đại diện cho các tầng lớp nhân dân lao động.

Từ khi ra đời, Đảng đã lãnh đạo cách mạng Việt Nam qua những cao trào đấu tranh sôi nổi: 1930-1931, 1936-1939. Đến tháng Tám năm 1945, nhân dân Việt Nam đã giành thắng lợi hoàn toàn trong cuộc Tổng khởi nghĩa và nổi dậy giành chính quyền, chấm dứt ách đô hộ hơn 80 năm của thực dân Pháp. Ngày 2-9-1945, tại quảng trường Ba Đình, Chủ tịch Hồ Chí Minh đã đọc bản Tuyên ngôn độc lập, khai sinh ra nước Việt Nam Dân chủ Cộng hoà. Đây cũng là bản Tuyên ngôn độc lập thứ ba của nước ta.

그 당시 베트남 민족의 유일한 탈출구를 찾은 혁명가가 바로 호치민(1890-1969)이었습니다. 그는 노동자 계급이 주도하는 프롤레타리아 혁명으로 전 국민의 단결을 이끌어내 민족독립투쟁을 일으켰습니다. 그는 베트남 혁명에 적용될 수 있는 교훈을 배우기 위해 여러 나라를 여행하며 세계 혁명 활동에 참여했습니다. 1930년 2월 3일에 호치민은 베트남 노동 서민층을 대표하는 정당인 베트남 공산당을 창당했습니다.

창당 이후, 베트남 공산당은 치열한 전투기간 동안(1930-1931 및 1936-1939) 베트남 혁명을 이끌었습니다. 1945년 8월, 베트남 국민들은 정권을 잡기 위해 일어난 독립운동을 성공한 동시에 80년간의 프랑스 식민지 통치를 종식시켰습니다. 1945년 9월 2일, 하노이의 바딘 광장에서 국가주석인 호치민은 북베트남 민주주의공화국을 수립하며 독립선언문을 발표했습니다. 이것은 베트남의 세 번째 독립선언문이었습니다.

Nước Việt Nam Dân chủ Cộng hoà trong buổi đầu độc lập phải đối mặt với ba thứ giặc lớn nhất: giặc đói, giặc dốt và giặc ngoại xâm. Bác Hồ cùng Chính phủ non trẻ bắt tay ngay vào diệt giặc đói, giặc dốt bằng cách phát động *Tuần lễ vàng*, mở các lớp *Bình dân học vụ*, khuyến khích tăng gia sản xuất… Nhưng người Pháp rắp tâm áp đặt quyền thống trị lên đất nước ta một lần nữa. Ngày 23-9-1945, Pháp gây chiến ở Nam Bộ và từ tháng 11-1946 thì trắng trợn gây ra nhiều cuộc xung đột vũ trang trên lãnh thổ Việt Nam.

Trước tình hình ấy, Hồ Chủ tịch đã kí lệnh kháng chiến và ra *Lời kêu gọi toàn quốc kháng chiến*. Từ ngày 19-12-1946, cả nước Việt Nam bước vào cuộc trường kì kháng Pháp. Với tài thao lược của vị Tổng chỉ huy, Đại tướng Võ Nguyên Giáp (1911 – 2013)' quân ta đã giành thắng lợi ở các chiến dịch Việt Bắc (1947), Biên giới (1950)… Và sau trận Biên Biên Phủ (1954) "chấn động địa cầu", Pháp buộc phải kí Hiệp định Giơ-ne-vơ (21-7-1954). Hoà bình được lập lại ở ba nước Đông Dương (Việt Nam, Lào, Campuchia).

독립초기 북베트남민주주의공화국에는 기근, 문맹과 외세 침략군 등 세 가지의 가장 큰 장애물이 있었습니다. 호치민과 새로운 정부는 손을 잡고 기아와 문맹을 퇴치하기 위해 "골든 위크"를 발동해 음식과 옷을 나누고, 국민의 문맹퇴치 사업을 열고, 생산증가를 위한 격려와 같은 활동을 했습니다. 하지만 프랑스군은 베트남의 통치권을 다시 강제로 뺏을 속셈이었습니다. 1945년 9월23일, 프랑스군은 남베트남을 다시 정복하기 위해 전쟁을 벌였고, 1946년 11월부터 노골적으로 베트남 전역에 많은 무력 충돌을 일으켰습니다.

이러한 상황에서 호치민 주석은 저항 운동을 개시하는 법령에 서명했으며 방송을 이용해 전 국민에게 항전을 호소했습니다. 1946년 12월 19일부터 베트남 전체가 장기적인 프랑스 저항에 들어갔습니다. 재능이 뛰어난 보 응우옌 잡Võ Nguyên Giáp(1911-2013) 장군의 지휘아래 베트남 국민들은 비엣 박Việt Bắc(1947), 비엔 지어이Biên Giới(1950) 등과 같은 저항 운동에서 승리했습니다. 세계를 뒤흔든 디엔 비엔 푸Điện Biên phủ(1945) 전투 후에 프랑스는 제네바(1954/7/21) 조약을 체결할 수밖에 없었습니다. 드디어 인도차이나 반도(베트남, 라오스, 캄보디아)는 평화를 되찾았습니다.

Sau khi Pháp thất bại, ngay trong năm 1954, Mĩ lập tức nhảy vào miền Nam Việt Nam, hỗ trợ tích cực cho chính quyền Việt Nam Cộng hoà chống lại Chính phủ Việt Nam Dân chủ Cộng hoà ở miền Bắc. Đất nước ta bị chia cắt thành hai miền. Ở miền Nam, Mĩ ra sức viện trợ để duy trì sức sống cho các đô thị theo mô hình Mĩ. Lối sống Mĩ, văn hoá Mĩ cũng bắt đầu du nhập và ảnh hưởng mạnh mẽ vào đô thị miền Nam. Đồng thời, sự chống phá của Mĩ và Chính phủ Việt Nam Cộng hoà nhằm vào lực lượng cách mạng miền Nam cũng ngày càng quyết liệt. Song quân dân miền Nam vẫn kiên cường đấu tranh, đập tan nhiều âm mưu, thủ đoạn cùng các cuộc hành binh lấn chiếm của kẻ thù.

Miền Bắc trong những năm này trở thành hậu phương vững chắc, chi viện cho chiến trường miền Nam và đánh trả những lần Mĩ leo thang bắn phá. Đặc biệt, sau chiến thắng "Điện Biên Phủ trên không" (từ ngày 18 đến 30-12-1972) của quân dân Thủ đô, người Mĩ buộc phải kí Hiệp định Pa-ri, công nhận chủ quyền toàn vẹn của lãnh thổ Việt Nam và phải rút quân khỏi miền Nam. Nhưng phải đến sau khi chiến dịch Hồ Chí Minh toàn thắng (30-4-1975), Chính phủ Việt Nam Cộng hoà mới hoàn toàn sụp đổ, nước Việt Nam mới hoàn toàn độc lập, thống nhất một dải từ Bắc chí Nam.

프랑스군이 패배하자마자 1954년에 미국군은 베트남 남부로 들어가 북베트남민주주의공화국에 저항한 베트남공화국을 적극 지원해 주었습니다. 베트남은 남과 북으로 나뉘게 되었습니다. 미국은 남부에 미국식 도시들의 존재 유지를 위해 많은 지원을 해주었습니다. 미국의 생활방식 및 미국문화가 베트남의 남부 도시에 유입되었고 강력한 영향을 미치기 시작했습니다. 미국군과 베트남의 남베트남 혁명군(미국에 반대하는 세력)에 대한 대립은 점점 심각해졌습니다. 하지만 남베트남 혁명군은 여전히 용감하게 투쟁하면서 수많은 음모를 이겨내고 침공 작전을 세웠습니다.

이 기간 동안 북베트남은 남베트남 전쟁의 튼튼한 지원자가 되었고, 미국군의 공중폭격에 맞서 싸웠습니다. 특히 미국은 B52 폭격기-라인베커 작전(1972년 12월 18일부터 1972년 12월 30일까지)이 완패하여 파리평화협정을 체결하고 베트남의 주권과 영토 보전을 인정하고 남베트남을 떠나게 되었습니다. 1975년 4월 30일, 호치민 작전이 승리를 거두고 나서야 베트남 공화국은 완전 붕괴되었고, 베트남은 국가로서의 완전한 독립과 통일을 되찾았습니다.

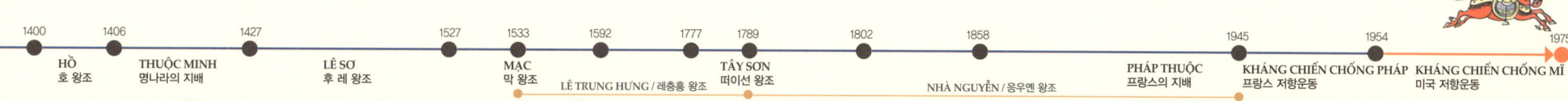

Từ năm 1955, chế độ bao cấp bắt đầu được thực hiện ở miền Bắc và đến sau năm 1975 thì triển khai trên cả nước. Sản xuất theo phương thức kế hoạch hóa: Nhà nước giao chỉ tiêu, cung cấp nguyên vật liệu và bao tiêu sản phẩm. Hàng hóa được phân phối theo chế độ tem phiếu, áp dụng cho hầu hết các vật dụng: Mỗi người dân được cấp một lượng nhu yếu phẩm (gạo, thịt, cá, vải, đường, nước mắm…) tương ứng với tiêu chuẩn của mình. Để mua, người dân phải mang tem phiếu và tiền tới các cửa hàng mậu dịch, xếp hàng chờ đến lượt mình. Các hoạt động mua bán trên thị trường tự do và vận chuyển hàng hóa từ địa phương này đến địa phương khác bị kiểm soát tối đa.

Ở thời kì này, đời sống văn hóa, văn nghệ khá đơn điệu. Văn học được lưu hành chủ yếu là văn học cổ điển, văn học Nga, văn học các nước xã hội chủ nghĩa, văn học hiện thực phê phán, hiện thực xã hội chủ nghĩa và lãng mạn tích cực. Nhà nước chú trọng chống mê tín dị đoan, phổ biến khoa học cho nhân dân…

Đến giữa thập niên 1980, tình hình kinh tế xã hội tiếp tục khó khăn, Nhà nước tiến hành đổi tiền vào năm 1985. Tuy vậy tình trạng khan hiếm lương thực, thực phẩm, hàng tiêu dùng ngày càng trở nên nặng nề, đặt ra vấn đề bức thiết cho đất nước: Cần phải Đổi mới.

1955년부터 북부에서 배급제가 실시되기 시작했고, 1975년 이후 전국적으로 확대되었습니다. 정부는 할당량을 정해주고 재료를 제공하며 생산제품의 소비를 보증해주었습니다. 생산품들은 배급카드 또는 식료품 구매권에 따라 분배되었는데 거의 모든 용품에 적용되었습니다. 자신의 몫에 따라 필수품(쌀, 고기, 생선, 천, 설탕, 생선으로 만드는 느억맘 소스 등)이 제공되었습니다. 사람들은 거래소에서 물건을 사기위해선 배급카드나 식료품구매권을 가져와야 했고 줄서서 기다려야 물건을 얻을 수 있었습니다. 자유시장의 매매활동과 한 지역에서 다른 지역으로 상품을 운송하는 것은 최대한 통제되었습니다.

이 시기에 문화적이고 예술적인 삶은 단조로웠습니다. 문학의 주요장르에는 고전, 러시아, 비판적 사실주의, 사회주의 리얼리즘 및 낭만주의 문학이 있었습니다. 정부는 미신을 반대하고 과학을 대중화시키는데 중시했습니다.

1980년대 중반까지 사회·경제적 상황에는 많은 장애물이 있었고, 1985년 국가는 통화제도를 개혁하기 시작했습니다. 하지만 식량, 식품, 소비재의 고갈 상황이 점점 심해져 "개혁이 필요하다."고 국가적 문제가 제기되었습니다.

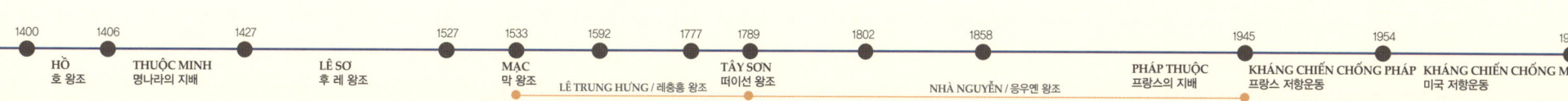

Kể từ sau cuộc Tổng tuyển cử bầu Quốc hội chung (Quốc hội khoá VI) diễn ra trên cả nước ngày 25-4-1976, Quốc hội đã quyết định đổi tên nước thành Cộng hoà Xã hội Chủ nghĩa Việt Nam. Trước tình hình khủng hoảng kinh tế - xã hội nặng nề, Đại hội Đảng toàn quốc lần thứ VI (tháng 12-1986) đã đưa ra một chủ trương cấp thiết: tiến hành Công cuộc Đổi mới trên tất cả các lĩnh vực.

Đổi mới kinh tế được coi là nhiệm vụ trọng tâm: chuyển từ chính sách đóng cửa sang chính sách mở cửa, tạo điều kiện cho các ngành nghề tự do phát triển… Chính sách Đổi mới đã trở thành một liều thần dược với Việt Nam. Chỉ sau 10 năm, nước ta về cơ bản đã thoát khỏi khủng hoảng kinh tế - xã hội, đời sống của người dân được cải thiện rõ rệt. Kế thừa những thành tựu đó, Việt Nam hôm nay vẫn từng bước phát triển vững chắc và ổn định, hoà nhịp với xu thế phát triển của toàn cầu. Lịch sử nước Việt sẽ còn tiếp nối. Mỗi người Việt Nam hôm nay chính là một tác giả viết nên trang sử tương lai của đất nước…

1976년 4월 25일, 베트남에선 국회(제 6차 국회) 총선거를 열었습니다. 국회는 나라 이름을 베트남사회주의공화국Cộng hòa Xã hội Chủ nghĩa Việt Nam으로 변경하기로 했습니다. 베트남 사람들은 국가재건을 위해 열심히 협력했습니다. 두 번의 파괴적인 전쟁으로 인해 베트남은 혹독한 사회·경제적 위험에 빠졌습니다. 1986년 겨울, 베트남 공산당의 제 6차 국회는 종합적인 개혁을 위해 4개의 긴급정책을 내놓았습니다.

정부는 경제개혁이 주요 업무였습니다. 폐쇄정책에서 개방정책으로 바뀌어 모든 자유산업의 발전을 촉진했습니다. 개방 정책으로 인해 10년 만에 베트남은 사회 및 경제적 공황에서 기적적으로 벗어나게 되었습니다. 오늘날의 베트남은 한걸음씩 안정된 발전을 하며 세계발전의 추세를 따라가기 위해 최선을 다하고 있습니다. 베트남 역사는 계속해서 이어질 것이고, 모든 베트남 국민들은 국가의 미래를 쓰는 작가가 될 것입니다.

1975년 ~ 현재까지

DANH MỤC TÀI LIỆU THAM KHẢO

1. Đào Duy Anh (1964), *Đất nước Việt Nam qua các đời*, Nhà xuất bản Khoa học, Hà Nội.

2. Ngô Sĩ Liên (1993), *Đại Việt sử kí toàn thư*, Nhà xuất bản Khoa học xã hội, Hà Nội.

3. Nguyễn Quang Ngọc (chủ biên) (2003), *Tiến trình lịch sử Việt Nam*, Nhà xuất bản Giáo dục, Hà Nội.

4. Trần Quốc Vượng, Nguyễn Từ Chi, Nguyễn Cao Luỹ, Nguyễn Thân (2012), *Nghìn xưa văn hiến* (3 tập), Nhà xuất bản Kim Đồng, Hà Nội.

5. *Việt sử lược* (Tác phẩm khuyết danh thời Trần, Trần Quốc Vượng dịch và chú giải - Nhà xuất bản Thuận Hoá – Trung tâm ngôn ngữ văn hoá Đông Tây (2005).

[참고 자료 리스트]

1. Đào Duy Anh(1964), 세대를 통한 베트남, 하노이 과학 출판사

2. Ngô Sĩ Liên(1993), 대월사기전, 하노이 과학적 사회 출판사

3. Nguyễn Quang Ngọc(편집자, 2003), 베트남 역사의 과정, 하노이 교육 출판사

4. Trần Quốc Vượng, Nguyễn Từ Chi, Nguyễn Cao Lũy, Nguyễn Thân(2012), 천년문헌(3부), 하노이–김동 출판사

5. 쩐 왕조의 작자 미상, Trần Quốc Vượng(번역 및 주해, 2005) - 간단한 베트남 역사, 투언화 출판사–동서 문화 언어 센터

Lược sử nước Việt bằng tranh

Viet Nam – A Brief History in Pictures
Author: Hieu Minh – Huyen Trang | Illustrator: Ta Huy Long
Text and Illustrations Copyright © Kim Dong Publishing House 2012
All rights reserved.

Korean translation copyright © 2021 by Jung-in Publishing Co. Bilingual Vietnamese- Korean edition is published by arrangement with Kim Dong Publishing House through KL Management, Seoul Korea
이 책의 한국어 번역출판권은 케이엘매니지먼트를 통해 저작권자와의 독점계약으로 정인출판사에 있습니다.
저작권법에 의해 한국 내에서 보호를 받는 저작물이므로 무단전재와 무단복제를 금합니다.

그림으로 보는 베트남 역사

초판 1쇄 인쇄 2021년 1월 15일
초판 2쇄 발행 2022년 9월 30일

글 _ 허우 민-후엔 트랑 | 그림 _ 따 후이 롱 | 번역 _ 레 티 후안
펴낸이 _ 정봉선 | 펴낸곳 _ 정인출판사 | 기획 _ 박찬익 | 책임편집 _ 심재진
주소 _ 경기도 하남시 조정대로45, 미사센텀비즈 7층 749호 | 전화 _ 031-795-1335 | 팩스 _ 02-925-1334
홈페이지 _ www.pjbook.com | 블로그 _ https://url.kr/UpJwW1 | 유튜브 _ https://url.kr/irjsvf
등록번호 _ 제 2020-000038호 | ISBN _ 979-11-88239-90-0 (73910)

＊ 저작권법에 의해 보호받는 저작물이므로 무단 전재와 복제를 금합니다. 책값은 표지 뒷면에 있습니다.